Homa ya Nyumbani
na Hadithi Nyingine

Wahariri:

Ken Walibora na Said A. Mohamed

Kimetolewa mara ya kwanza mnamo 2015 na
Phoenix Publishers Ltd.
22 Kijabe Street
S. L. P 30474 - 00100
Nairobi, Kenya

ISBN 9966 47 872 8

Kimepigwa chapa na:
Ramco Printing Works Ltd
P.O Box 27750 - 00506
Nairobi, Kenya

Yaliyomo

Utangulizi

Miaka baada ya miaka, kila diwani ya hadithi fupi za Kiswahili (nayo idadi ya diwani hizi inaendelea kuongezeka kila uchao katika soko la vitabu) kwa kawaida huanza kwa *Utangulizi* unaofafanua dhana ya hadithi fupi. Ufafanuzi huo si kuwa huwasaidia wanafunzi kufaulu mitihani ya somo la fasihi ya Kiswahili tu bali pia huwapevusha wapenzi wa hadithi fupi. Dhana ya hadithi fupi za Kiswahili inayoelezwa katika tangulizi hizo, hujaribu kujibu maswali yanayoibuka katika hadithi yenyewe: masuala kama *nini hadithi fupi* au *zipi sifa bainifu za hadithi fupi.* Hadi kufikia leo suala ni nini hadithi fupi linajibiwa kwa mitazamo tofauti kinyume na wale wanaong'ang'ania kanuni zile kwa zile za *uhifadhina*. Kwa mfano, katika Utangulizi wetu wa mkusanyo wa *Damu Nyeusi na Hadithi Nyingine* hatukulijibu swali la nini hadithi fupi, bali tumeonyesha sifa bainifu zinazoainishwa kujibu swali hilo kwa sababu tunadhani kwamba swali hilo la kijelezi halijibiki kwa mpigo ila kwa hizo sifa bainifu. Sifa bainifu hizo ni kama ifuatavyo:

- *ufupi wa hadithi fupi*
- *hadithi fupi na migogoro*
- *mbano (compression) na muundo*
- *mgawiko wa umbo la hadithi fupi, yaani: mwanzo, mwili na mwisho*
- *usimulizi na taharuki*
- *uhusika wa hadithi fupi*
- *mandhari* na *mazingira*
- *ubunifu unaoendana na ufupi wa hadithi fupi*
- *sanaa ndani ya hadithi fupi*
- *mtindo au mitindo inayotawala hadithi fupi*

Swali la hadithi fupi ni nini na sifa bainifu za hadithi fupi, kwa hivyo, limezungumzwa katika mikusanyo mbalimbali. Kwa sababu hiyo, katika diwani hii, hatuna haja ya kurudia maelezo hayo kwa hayo yanayojitokeza katika kila utangulizi. Kwa maoni yetu kuna haja ya kuitazama upya dhana ya hadithi fupi – hasa kwa kuzingatia njia ya *mabadiliko* na *upya wa* hadithi fupi zenyewe zilizomo ndani na nje ya mkusanyo huu wa *Homa ya Nyumbani na Hadithi Nyingine*.

Tatizo kubwa lililopo miongoni mwa *mashabiki* na *wasomi* wa kazi za fasihi, ni lile la kwamba hawapendelei sana kuona mabadiliko ya *fani* au *maudhui* yanayoonekana katika matini za utanzu fulani. Mashabiki na wasomi hao, pia hupenda kusisitiza *uhifadhina* wa *fani* na *maudhui* ndani ya matini ya utanzu husika. Tabia hii huonekana hasa katika fasihi changa au zinazoendelea, pale wataalamu wanapojenga fikra ya kwamba hawahitaji kuzipa nafasi kazi zenye *majaribio*, *mabadiliko* na *upya*. Kwa hivyo, huzienzi zile ambazo zinaandama mkondo mmoja wa mtindo na tayari zimetawala kwa namna fulani: yaani kukita na kutawala kifani, kiujumi na hata kimaudhui.

Jambo hili linatukumbusha mifano ya mabadiliko ya ushairi wa Kiswahili wa mapokeo unaojengwa kwa mbinu maalum za arudhi (*prosody*): yaani hujengwa kwa *urari* (vipimo linganifu) wa mistari, mizani na vina vya kati na mwisho. Au pia mabadiliko ya riwaya ya Kiswahili yaliyojitokeza katika miaka ya 1990 kwa majaribio ya fani na ujumi kupitia mabadiliko huru ya siasa, uchumi na utamaduni yanayoitwa utandawazi.

Sisi tuna msimamo wa kwamba ushairi, tamthilia, riwaya na hadithi fupi za Kiswahili zenye mitindo ya kimapokeo lazima zibadilike – si hivyo, mitindo iliyopo itaanza kuchoshana hatimaye itapuuzwa au itakufa kama zinavyochakaa, kupuuzwa na hatimaye kutoweka tanzu za ushairi za *tenzi*, *ukawafi*, ***dura-mandhuna*** na tanzu nyingine. Hali hii inaonesha waziwazi kwamba mabadiliko lazima yawepo ili yalete upya ndani ya matini ya tanzu au kazi mbalimbali za fasihi. Umuhimu wa mabadiliko ni chachu ya kuisogeza mbele fasihi yoyote ile.

Utanzu wa hadithi fupi ya Kiswahili, umepuuzwa kwa muda mrefu hadi kukaribia kufa. Kwa bahati nzuri, utanzu huo, umefufuliwa kwa uamuzi wa Taasisi ya Ukuzaji wa Mitalaa ya Kenya (KICD) kutekeleza haja ya kuuingiza katika mitalaa ya fasihi ya Kiswahili ya shule za upili. Uamuzi wa KICD kuuingiza utanzu wa hadithi fupi za Kiswahili umechangia kuwepo mfumko mkubwa wa uandishi wa utanzu huu wa hadithi fupi. Lakini mikusanyo mingi ya hadithi fupi za Kiswahili inayorundikana madukani inakita kwa wingi katika mitindo ya kimapokeo.

Hata hivyo, pamoja na mfumko wa hadithi fupi kwa mtindo wa mapokeo na uhalisia, tayari kuna mikusanyo ambayo imeandikwa kwa njia ya majaribio, hasa katika msingi wa *usasa* (*modernism*). Kwa sababu hiyo, utangulizi huu, unaandikwa kufafanua hadithi fupi za Kiswahili za usasa kama njia nyingine ya utanuzi wa fikra ya dhana ya hadithi fupi za Kiswahili.

Dhana ya usasa kamwe haitazamwi kwa vipimo vya kalenda, bali kwa kipindi maalum cha mabadiliko ya kijamii (nje ya matini) yanayoathiri matini ya tanzu za fasihi kwa namna fulani. Aidha sisi hatutajaribu hapa kupambanua kati ya usasa (*modernism*) na usasabaadaye (*postmodernism*), mikondo ya kisanii na kinadharia ambayo inafungamana na kutegemeana kwa ukaribu. Tunalenga kuonesha jinsi hadithi fupi kwa jumla na hatimaye hadithi fupi ya Kiswahili hasa, ilivyoathiriwa na kufumwa na usasa. Kwa maneno mengine, twajaribu kuonesha jinsi ambavyo usasa umeathiri ukuzaji wa utanzu wa hadithi fupi tangu kuasisiwa kwa utanzu huu. Tutaanza mwanzo kabisa mahala ilimoibukia hadithi fupi nje ya mawanda ya kitovu cha Kiswahili katika Afrika Mashariki na ya Kati.

Inasemekana kwamba Ulaya na Amerika, hadithi fupi za sasa ziliibuka katika karne ya 19 (Frank Myszor, 2001:10), zikiegemea *Hadithi za Kitisho* (Gothic Stories) kama vile simulizi ya baadaye ya *Kasri ya Otranto* (The Castle of Otranto) iliyotolewa 1964. *Hadithi za Kitisho* zimeendelea kuathiri hadithi fupi mpaka katika karne iliyopita, hasa katika kazi za Joyce Carol Oates. Lakini ile hadithi fupi tuijuavyo leo, haikukamilika mpaka *uhalisia* (realism) ulipoibadilisha Hadithi ya Kitisho.

Kwa hivyo, usasa katika fasihi unaelekeza na kuathiri pakubwa dhana ya mabadiliko. Huko Uingereza, usasa ulianza kubadili utamaduni na mwenendo wa jamii ya enzi ya Viktoria. Kimsingi, jamii iliamini kwamba dunia si pahala pa kuaminika tena kutokana na mabadiliko mbalimbali yaliyoonekana katika jamii hizo, hasa katika matokeo ya Vita vya Kwanza vya Dunia. Usasa katika wakati huo ulileta mabadiliko mapya ya kijamii yaliyosambaza fikra mpya dhidi ya fikra za mapokeo za uhifadhina uliokuwepo kabla. Kwa hivyo, njia au mitindo ya kuandika kazi za fasihi za mapokeo nayo ilibadilika pia.

Kwa mfano, hasa Amerika, matini ya hadithi fupi ilibadilika kwa kuvunja mshikamano na mtiririko wa moja kwa moja wa matini kuelekea mtiririko wa vipandevipande (fragments) katika usimulizi wa hadithi fupi. Kwa hivyo, mabadiliko haya ya matini ya hadithi fupi yaliiga mvunjiko wa vipandevipande uliokuwepo katika jamii yenyewe ambayo ilikuwa katika hamkani, msukosuko, msambaratiko na mgawiko. Hali hii ya mwingiliano katika mabadiliko ya jamii na mabadiliko ya matini ya fasihi katika wakati au enzi fulani yanatajwa waziwazi na Frany Myszor (2001:26-28):

> Katika miaka kumi ya mwisho ya karne ya 19, Waingereza walianza kuhisi kwamba mambo ya zamani yangeanza kuharibika, na kwa hivyo, hakukuwa na budi mabadiliko yajitokeze. Nguvu za kiuchumi na nguvu za kijeshi baharini walizokuwa nazo Waingereza kwa muda fulani, kwa wakati huu zilipata changamoto. (Pia), dhima mpya kwa wanawake katika jamii ilikuwa sasa inajitokeza. Jambo kubwa la kihistoria lililoleta mabadiliko ya dunia na kuzidisha taathira, ni swali la Vita vya Kwanza vya Dunia (1914-1918). Pamoja na hayo kulikuwa na matokeo ya kifasihi (pia) ... (Tafsiri yetu)

Katika dunia tuliyonayo ya karne 21, suala la utandawazi pia limesababisha mabadiliko makubwa ya kijamii na kwa baadhi mabadiliko ya fasihi ya Kiswahili. Katika utanzu wa ushairi kumekuwa na mabadiliko ya ushairi wa Kiswahili wa mapokeo kuelekea mashairi huru mapema katika miaka ya mwisho ya 1970. Lakini katika riwaya kumekuwa na mabadiliko ya kutoka *uhalisia* kuelekea *fantasia*, *usasa* na *usasabaadaye* katika miaka ya 1990 – hasa katika simulizi za *Nagona*, *Mzingile*, (Kezilahabi) *Ziraili na Zirani* , *Bina-Adamu*, *Walenisi*, *Babu Alipofufuka* na *Dunia Yao* – tukizitaja kazi chache. Mabadiliko ya tamthilia kutoka mtindo wa uhalisia kulekea mtindo wa fantasia, usasa na usasabaadaye yametokea katika miaka ya 70, ikichukua uzito wa *uvijembe* (satire) kama *Mashetani*, *Arusi*, *Amezidi* na *Kaptula la Marx* – kutaja kazi chache.

Mabadiliko pia yamo katika hadithi fupi za Kiswahili ambazo zinasisitiza majaribio ya ujumi katika matini husika. Hata hivyo, usasa katika hadithi fupi za Kiswahili hausisitizi tu majaribio ya ujumi yanayobainika, kama mfano, usomapo hadithi kama vile *Mazishi Yangu* (Ken Walibora) katika mkusanyiko wa *Maskini Milionea na Hadithi Nyingine*, mhusika msimulizi anajiona mwenyewe akizikwa kwao Afrika akiwa ughaibuni, New York, anakoishi, bali mabadiliko ya hadithi ya Kiswahili yanasisitiza pia mabadiliko ya maudhui kama yanavyoonekana katika usasa wa fasihi ya lugha na tamaduni nyingine. Hadithi fupi za Kiswahili pia zinaakisi maudhui yanayotokana na mabadiliko ya dunia yetu katika karne hii ya 21, ndani ya jamii mbalimbali. Kwa mfano, mojawapo ya dhamira za hadithi fupi za Kiswahili za usasa ni ile ya ujasiri wa kukejeli mwenendo wa itikadi za kisiasa na kuzibeza sera za maendeleo katika eneo la Afrika Mashariki kama si Afrika nzima. Dhamira hii imo katika hadithi fupi ya Kezilahabi *Mayai Waziri wa Maradhi* katika mkusanyo wa *Mayai Waziri wa Maradhi*, *Kikaza* ya Robert Oduori katika mkusanyo wa *Damu Nyeusi na Hadithi Nyingine*, *Ibada Mpya* ya Said A. Mohamed katika *Mkusanyo wa Kiti cha Moyoni*, *Ngome ya Nafsi* ya Clara Momanyi katika *Mayai Waziri wa Maradhi na Hadithi Nyingine*, *Koinange Usiku* ya Ken Walibora katika mkusanyo wa *Kiti cha Moyoni na Hadithi Nyingine*, *Unyayo Bustanini* ya Said A. Mohamed katika *Kiti cha Moyoni na Hadithi Nyingine* na *Damu Nyeusi* katika mkusanyo wa *Damu Nyeusi na Hadithi Nyingine*. Hizi ni hadithi fupi chache zenye dhamira hii.

Pia dhamira mpya inayosisitizwa ndani ya *usasa* wa hadithi fupi za Kiswahili na ambayo imeshika kasi mwishoni mwa karne ya ishirini na kuendelezwa katika karne hii ya ishirini na moja ni dhamira ya *jinsia*[1] kwa mwelekeo wa kushikamana na utetezi wa haki za wanawake. Mfano wa hadithi fupi zenye dhamira hii ya jinsia ni *Uteuzi wa Moyoni* ya Rayya Timammy katika mkusanyiko wa *Mayai Waziri wa Maradhi*, *Ngome ya Nafsi* ya Clara Momanyi, zote katika mkusanyiko wa *Mayai Waziri wa Maradhi*, *Mwanamke Niliyemchora* ya Said A. Mohamed katika mkusanyo wa *Kiti cha Moyoni na Hadithi Nyingine* na *Mambo ya Nyumba Kunga* ya Ken Walibora katika *Kiti cha Moyoni na Hadithi Nyingine*.

---

1 Dhamira ya 'jinsia' ni dhamira ya 'usasa' tokea karne ya 19 katika fasihi ya Kiingereza. Mwandishi mwanamke, Virginia Woolf, aliyeandika vitabu kama vile *Orlando* (1928) na *Mtu Chumba Chake Mwenyewe* (*A Room of One's Own*) (1929), alikuwa miongoni mwa wanausasa maarufu wa karne ya 20. Woolf alikuwa mwanachama wa mstari wa mbele katika kundi lililoitwa Bloomsbury, kundi ambalo lilikuwa na waandishi chini ya darzeni moja ambao pia waliovutika katika suala la ujumi dhidi ya vikwazo vya jamii ya enzi ya Viktoria. Kusema kweli maandishi yenye dhamira za 'jinsia' yaliibuka mwishoni mwa karne ya 19 ambapo wanawake wa Uingereza waliandika kupigania haki zao za msingi katika jamii hiyo.

Mabadiliko ya usasa ndani ya hadithi fupi za usasa za Kiswahili pia yana mitindo mipya ya lugha kwa namna mbalimbali. Kwanza, kuna lugha ya *mdondosho* na *mkato* (ellipsis and minimalism). Hili hapa dondoo mojawapo la lugha ya 'mdondosho' na 'mkato' katika hadithi fupi ya Said A. Mohamed iitwayo *Kiti cha Moyoni* katika mkusanyo wa *Kiti cha Moyoni na Hadithi Nyingine* (uk. 1).

> Chakula cha mchana. Wenyewe hukiita chamcha au chamchana. Kinavutia. Kinaoneka kitamu. Kitamu na mazingira yake pia. Ukumbi unaostahiki. Ukumbi na kila kitu chake. Meza. Viti. Sahani za vyakula. Nyuma. Visu. Vijiko. Mabuli ya nyama. Samaki ...

Mtiririko wa fikra-tambuzi (stream of consciousness) ni mbinu ya majaribio ambayo ilianzishwa na William James katika andiko lake la *Misingi ya Saikolojia* (Principles of Psychology) na baadaye kutumiwa katika uwanja wa fasihi: hasa katika tanzu za riwaya na hadithi fupi ndani ya miongo ya mwanzo ya karne ya 20. Mbinu hii inalenga kuibua na kushika fikra zinazopita bongoni na hisia za ndani nafsini zinazojitokeza katika maisha ya kila siku. Mara nyingi mbinu hii inavunja kanuni za matini – kwa mfano, katika kutojali kaida za kuweka vituo vya uandishi au alama ya kuainisha tamko la moja kwa moja (quotation marks for direct speech). Huu hapa mfano wa dondoo linaloonesha mtiririko wa fikra-tambuzi katika hadithi fupi ya Said A. Mohamed inayoitwa *Gilasi ya Mwisho Makaburini* katika mkusanyo wa *Damu Nyeusi na Hadithi Nyingine* (uk. 36-37):

> Sasa usiku ulikuwa umeshafikia kileleni, au tuseme umepevuka. Watu wamekula wameshiba, wamekunywa wametosheka, maana kinywaji ni petroli ya muziki. Mafunda ya kinywaji. Ingia uwanjani. Timka. Muziki sita. Rejea tena mezani. Piga tena mafunda ya kinywaji. Muziki anza tena. Rejea tena. Duru kwa duru. Mzunguko wa mchezo. Stimu imepanda. Majasho yanatiririka. Hamu inamchemka kila aliyepo hapo, maana Wanamsengeju Band wanajua namna ya kuziamsha hamu na kuziendeleza kwa wachezaji wao. Jozi mbilimbili. Minenguo, mikatiko, mibenuko, miondoko, mitetemeko kama mgonjwa wa malaria, mitiririko ya jasho kama maji ya mlizamo wa mto. Furaha, furaha, furaha imechanua. Raha, raha, raha inamfurika kila mtu.

Mfano mwingine unatokana na mkusanyo huu wa *Homa ya Nyumbani na Hadithi Nyingine* katika hadithi ya Muhamed Khelef Ghassany inayoitwa *Mwanzo wa Mwisho* (uk. 38):

> Nilivyojihisi ni kuwa nisingeweza tena kuendelea na mengine ikiwa hili bado sijalifanikisha. Na sasa lazima nimkabili Tiba nimueleze. Ule wakati wa kulitumbua jipu, na kulikamua hadi moyo wake wa ndani utoke, ndio huu sasa. Na kwani ni kazi ngumu? Si ni woga na

> kujishuku tu? Tiba mwenyewe keshamaliza kunionyesha darizeni za dalili, kazi yangu sasa ni rahisi kama kumsukuma mlevi kwa kidole! Neno moja tu latosha kumtia Tiba shemere nikamuongoza nitakako. Nilijihimiza.

Mbinu ya *sitiari* na *ishara* inayotiwa chumvi mno, ni mbinu mojawapo ya usasa katika hadithi fupi za Kiswahili. Hapa inaonekana katika hadithi fupi ya Said A. Mohamed inayoitwa *Zawadi ya Mume Wangu* katika mkusanyo huu wa *Homa ya Nyumbani na Hadithi Nyingine* (uk. 14). Katika dondoo lifuatalo, sitiari ikiwa katika ufafanuzi wa *tashihisi*, sitiari inawapa nguvu ndege na wao kuonekana binadamu:

> Wakati wote huo ndege hunizunguka na kunishangilia. Nimewakaribisha ndege wanizoee kwa nini wasinishangilie? Wao pia wamenizoea. Mazoea zaidi ya yale ya mume wangu aliyeyoyoma na kunikimbia. Ijapokuwa yalikuwa mazoea ya sehemu ndogo tu. Sehemu ndogo tu kama punje ya mchanga, mazoea ya ndege na binadamu huweza kumjaza mtu furaha!

Katika hadithi ya Ken Walibora *Atanasi na Kismati* katika mkusanyo wa *Kiti cha Moyoni na Hadithi Nyingine* (uk. 8), tunaikuta hadithi hii imetawala na kuongoza kwa sitiari inayosisitiza maajabu kupita kiasi. Hili hapa dondoo fupi linalooanisha kauli ya maajabu katika msisitizo wa vitenzi vyenye urari wa kina:

> Kidato cha nne hakikuwa na washirikina. Walikuwa tu wanafunzi waliotaka kujibari na shari. Walitaka heri kama binadamu wengine. Hilo tu. Ndiyo maana walikuwa hawawezi kuingia darasani mpaka mwanakisomo mwenzao mwenye kismati atangulie. Kama Atanasi atakawia kufika, watabaki palepale mlangoni kama kondoo wasiokuwa na mchungaji. Watabaki wanabanana. Wanataniana. Wanatazamana. Wanachezeana kwa mizaha. Wanachokozana. Wanapatana.Wanatukanana. Wanasameheana. Ila ndani hawaingii na nje hawatoki.

Mbinu ya *utata* (ambiguity) ni mbinu muhimu katika kuchangia sifa bainifu au *kijelezi* (definition). Kwa maana nyingine, si ghalibu kwa matini ya riwaya au hadithi fupi za usasa kujitokeza kwa maana au ujumbe kamili au wa waziwazi, bali kwa *utapta* (interpretation) – yaani kazi ya fasihi ya usasa inatoa mwanya zaidi kwa wasomaji kutofautiana katika kujenga maana ya kazi husika. Baadhi ya mifano ya hadithi fupi za usasa zenye utata kimaana ni hadithi fupi ya *Atanasi na Kismati* ya Ken Walibora katika mkusanyo wa *Kiti cha Moyoni na Hadithi Nyingine*, *Unyayo Bustanini* ya Said A. Mohamed katika mkusanyo wa *Kiti cha Moyoni na Hadithi Nyingine*, *Kikaza* ya Robert Oduori katika mkusanyo wa *Damu Nyeusi na Hadithi Nyingine* na *Maeko* ya Mohamed Khelef Ghassany katika mkusanyo wa *Damu Nyeusi na Hadithi Nyingine*.

Mbinu nyingine katika usasa wa hadithi fupi ya Kiswahili ni mbinu za kurudiarudia maneno, vifungu vya maneno, vishazi vya maneno na hata sentensi. Mbinu hii inatumiwa kwa kujenga muziki, au mchezo wa maneno na sauti. Mbinu ya kurudiarudia ina kazi ya kusisitiza dhana, fikra na ujumbe unaotolewa katika matini. Mfano mmojawapo unapatikana katika hadithi za Said A. Mohamed katika hadithi yake ya *Tazamana na Mauti* katika mkusanyo wa *Damu Nyeusi na Hadithi Nyingine* (uk. 107):

> Leo, Lucy alikuwa **anapitapita** jijini tu, kama **anavyopita** siku zote – macho yake *yanatazama* nyuso za Wazungu, vijana na wazee. *Sikuwatazama* tu, bali ***kutabasamu*** nao. Si ***kutabasamu*** tu, bali ***kutabasamu*** kwa namna ya ***kutabasamu*** huku akiwacha ***tabasamu*** yake imemganda Mzungu moyoni mwake. Wengi ***walitabasamu*** naye siku zote hizi, lakini wakishafanya hivyo humpita kama upepo wa kimbunga na kumwacha yeye mgonjwa wa tamaa. Hakuna hata mmoja aliyemdhukuru kwa lolote isipokuwa labda, 'jambo' na jambo yeye alikuwa nalo.

Mbinu ya uweko wa vipandevipande vya matini ya hadithi fupi vinavyoshikamanishwa na jambo fulani katika hadithi fupi husika ni mpya ya usasa. Kwa maneno mengine hadithi fupi ya aina hiyo huwa haina mfululizo au mtiririko wa moja kwa moja kiwakati au kinafasi, isipokuwa huweko uhusika wa wahusika mbalimbali au kadhia au mshikamano wa vipengele fulani vya njia (lines /paths) za hadithi fupi husika. Pamoja na yote haya tuliyoyazungumza, sharti tufahamu kwamba mbinu zote tulizozizungumza hapa juu, si lazima zijitokeze katika hadithi fupi za Kiswahili za usasa. Baadhi ya mbinu zinatosha kuaminika kuwa mbinu za hadithi fupi za usasa.

Mara nyingine katika usasa wa hadithi fupi kutokuwepo kwa *msuko* (plot) wa hadithi kunachukuliwa kuwa ni mbinu mojawapo. Kutokuwepo kwa msuko kunaenda kinyume na kaida na kunga za hadithi kama zinavyozoeleka lakini upindaji na ukiukaji wa kanuni ni sifa mojawapo ya usasa. Mfano mzuri hapa ni ule wa hadithi ya Said A. Mohamed ya *Mwanamke Niliyemchora* katika mkusanyo wa *Kiti cha Moyoni na Hadithi Nyingine* (uk. 70-78).

Suala la uwiano baina ya ubora na wingi wa hadithi fupi za Kiswahili tumeliongelea kwingineko, lakini tutalisisitiza tena hapa. Tunachosema ni kwamba kuwepo kwa diwani za hadithi fupi za Kiswahili kwa wingi ni jambo zuri, lakini wingi unajuzu kwenda sambamba na ubora. Wingi wa hadithi fupi ni mzuri lakini ubora ni mzuri zaidi. Sio kila hadithi fupi inayoitwa hadithi fupi ni hadithi fupi kweli; na sio kila ajiitaye mwandishi wa hadithi fupi ni mwandishi wa hadithi fupi kweli. Sisi tunaamini kwamba hadithi fupi zilizomo humu kwenye diwani hii ya *Homa ya Nyumbani na Hadithi Nyingine* ni ithibati nyingine kwamba kisima cha ubunifu wa hadithi fupi ya Kiswahili bado hakijakauka. Tunaamini mwitiko wako pia wewe msomaji usomapo utakuwa hitimisho kwamba hii ni chemchemi nyingine inayochangia kububujisha wingi sawia na ubora wa hadithi fupi ya Kiswahili.

Prof. Said A. Mohamed (Mhariri)

na

Prof. Ken Walibora (Mhariri)

Said A Mohamed

Said A. Mohamed ni Profesa mstaafu wa fasihi na isimu mwenye asili ya Pemba. Aliwahi kufundisha Tanzania, Kenya, Japan na kustaafu mwaka 2013 akiwa Chuo Kikuu cha Bayreuth, Ujerumani. Mchango wake katika uwanja wa fasihi ya Kiswahili kibunifu na kitaaluma ni wa kupigiwa mfano. Ameandika kazi nyingi sana za kibunifu na kitaalamu. Miongoni mwa kazi zake ni ***Kitumbua Kimeingia Mchanga, Utengano, Mkamandume, Amezidi, Dunia Yao, Amri ya Wakati, na Nyuso za Mwanamke.*** Ameshirikiana na Ken Walibora kuandika diwani ya hadithi fupi ya ***Kiti cha Moyoni na Hadithi Nyingine*** pamoja na kuihariri diwani hii ya ***Homa ya Nyumbani na Hadithi Nyingine***.

Zawadi ya Mume Wangu

Kama ndege, mimi Kidawa huamka kabla jua halijachomoza. Sijawahi *kulikizwa* hata siku moja. Hii ni ada niliyojichagulia mimi mwenyewe. Lakini tokea lini mimi masikini, tena mwanamke, niwe na uchaguzi wa jambo lolote baya au zuri? Kwa vyovyote vile sijawahi kuamka jua likiwa utosini pangu. Sijapata kuamshwa na mtu au kitu chochote godoroni pangu.

Siku zote huamka mwenyewe kama *kiyandu* kinachorauka kudai ziwa la mama yake. Labda bongo langu lilijenga mazoea hayo. Sijui. Sina hakika. Kwa kawaida huamka tu dakika chache mbele au nyuma ya wakati niliopanga kuamka.

Mwanzo kabisa (*korija* ngapi za miaka, sijui), nilipoanza desturi hii nilihisi *udhia* mtupu. Hebu fikiria uzito wa kazi ya mwanamke kama mimi ninayeamka alfajiri kuosha vyombo vilivyolala. Ninayefagia ndani na nje ya kibanda changu cha *uchwara*. Ninayetayarisha kifunguakinywa cha muhogo na *chai ya mkandaa*. Ninayefungua kibanda cha kuku wangu wakati huohuo kila siku. Ninayefua nguo zangu mwenyewe na viguo vya watoto wangu na *mavulia* ya mume wangu. Ninayejiweka tayari kwa yatakayonishtukia tu. Ninayeelekea kondeni kumwaga jasho langu kama rasharasha ya mvua isiyosita.

***

Kabla hajatoroka kwenda jijini, mume wangu, Bwana Bakari Kadaku, wakati kama huo huwa kalala fofofo kwa raha mustarehe. Hata saa sita ya mchana, ilikuwa mapema kwake kuamka. Asingeamka hata *baragumu* la kutangaza mwisho wa dunia lingepulizwa. Au hata *juju-wa-majuju* angekuja kuigharikisha dunia.

Nilipochukua hatua ya kumwamsha, alinirushia makombora ya maneno kuninyamazisha. Mwanzo nilivumilia kurushiwa makombora. Lakini baadaye, baada ya maneno na vitendo vyake kunitia usugu, sikuogopa makombora wala dharau zilizomalizia matusi yake. Nilifululiza kumwamsha kama mtoto aliyekataa kwenda shule. Aliporusha makombora yake nilirusha yangu kujihami na kumfahamisha kwamba mimi ni binadamu kama yeye pia. Mimi nina mdomo pia wa kusemea sawa na yeye. Hata mimi nilijua kusema kwa jazba kuliko yeye.

***

Kwa muda mfupi tu baada ya Bakari kunioa, niligundua kwamba chati ya mapenzi ya Bakari kwangu iliteremka. Hakunambia tena 'sili silali nisipokuona', wala hakuniita 'malkia' kama alivyokuwa akiniita hapo mwanzoni. Maadamu alipokwisha kunitia mikononi mwake, mimi malkia wake hakuniimbia nyimbo tena. Siye tena yule aliyenichungia kuingia nyumbani mwake kama mnyama kaidi. Sasa ndio kwanza nitambue kwamba nilikuwa nimenaswa mtegoni kukimbilia chombo cha ndoa bila ya kutafakari.

Kabla hajanioa, Bakari alijidai alishindwa kula ikiwa hakuniona hata dakika moja. Lakini nilijua kwamba alikuwa akila *kisaga* kizima cha ugali na *tita* la kisambu au sukumawiki. Pia aliniambia hakuweza kulala kwa kunifikiri hasa akinikosa, lakini nilitambua kwamba alilala akikoroma na kufoka kama gombe lililokuwa likikata roho.

Lakini tokea alipoanza kuota ndoto ya kuhamia jijini, mapenzi yake kwangu yalishuka chini kabisa na kubaki papohapo chini yakigaragara na kubingiria. Sasa si kwamba hanipendi tu, hanijali kabisa. Hanijali mimi na watoto wake. Anachojali ni jiji tu na ndoto za jijini anazooteshwa.

Lakini hata mimi pia nimejifunza kutojali. Waswahili husema: *kupenda kwingi na* ***kuwiza*** *huwa.* Sasa nimeanza kuwiza. Sasa nimeshajijengea maisha yangu mwenyewe na watoto wangu. Yeye ana maisha yake na dunia yake ya ndoto. Unajua mwanamke akijitegemea basi amekwisha kugomboka. Hapo nyuma alikuwa kanipanda mgongoni. Cha mno? Nikajiuliza lini atashuka mgongoni pangu? Sasa maadamu amenishuka, kinaniliza nini? Mungu amesema *ufunguo wa heri umo katika shari.* Hii aliyoniachia ni dunia aliyoniumbia yeye mume wangu. Nami kwa moyo madhubuti kabisa nitajaribu kuitengeneza dunia aliyoniachia – tena peke yangu, shahidi wangu ni Mungu.

Kweli mazoea yana taabu tabia zikilingana. Lakini mazoea yanayokamatana na ubovu huzidisha taabu. Sasa mume wangu hata akiwa karibu nami hanitazami wala hanisemeshi kama alivyonisemesha kwa uchangamfu hapo mimi Mkadi nilipokuwa mkadi kweli unaonukia.

Lakini katika maisha yangu mapya, baadaye alipoondoka Bwan' Kidaku, mume wangu, kwenda jijini *kutafuta maisha na kukusanya pesa na mali*, baadhi ya kazi zilizidi kuniangukia mimi peke yangu. Kwani hapo zamani nilimwomba na kumsisitizia afanye hili na lile, nilipomwondosha kitandani au kitini anisaidie kazi. Ingawa alinisaidia mara chache alikariri kwamba nilimnyang'anya furaha yake ya kuzungumza na kunywa pombe na wanaume wenzake. Wakati huo yeye alisisitiza tena na tena kwamba alitaka kwenda jijini *kutafuta maisha na kukusanya pesa na mali.* Hata hivyo, mimi nilijua kuwa alitaka kwenda jijini apate kunywa ulevi mwingi kwa kiasi apendacho kuliko ulevi aliokunywa hapa kijijini petu. Bila shaka yeye alitoa hoja ya kutafuta maisha mazuri na kukusanya pesa.

Mimi nilijua mapema kwamba jiji ni chaka la watoro. Linabaka. Linatafuna. Linameza. Linasagasaga watu na kuwameza tumboni. Nilijua hivyo ingawa sikufika jijini. Kwani nimewahi kusikia visa na vituko vilivyowapata watu mbalimbali waliolowea jijini. Ndiyo, mwanzo nilihisi pengine alikuwa na nia njema. Lakini hata kama mtu akiwa na nia njema, kwa kawaida majiji humbadilisha mtu huyo.

***

Kwa muda wa miezi kadha alikuwa akinirairai nimpe ruhusa ya kwenda jijini. Lakini tokea lini mwanamume akaomba ruhusa kwa mwanamke? Si hujiondokea tu. Si hufanya tu analopenda linalomwathiri yeye na mkewe na watoto wake? Wanawake kila siku ndio wanaoomba ruhusa kwa wanaume wao. Nilimwambia Bwan' Kidaku asiende jijini huku nachiririkwa na machozi, lakini aliniambia nisijifanye mtoto. Hivi, lini mimi nimerejea utotoni? Tangu mama na baba yangu waliponiambia kwamba maadamu sasa nimeshaolewa basi nisiwe tena mtoto. Ninahakikisha siku zote kuwa mimi ni mtu mzima. Nina mume na nina watoto. Mara nyingi yeye mwenzangu ndiye niliyemwona amerejea utotoni. Nilimwuliza: *hivi nani mtoto baina ya mimi na wewe unayetaka kuikimbia familia yako?* Akanipuuza kama vile alikuwa kiziwi. Hakuyasikia maneno yangu. Nikamwambia: *mimi natosheka na wewe na kila kitu cha thamani au duni unachonipa wewe natosheka nacho.* Lakini aliniambia nisiregezwe na ulevi wa mapenzi ya ujanani. Sisi sasa tumeshakuwa mabingwa wa mapenzi. Nikamuuliza: *Hivi mapenzi yana ubingwa wowote na kwa mtu yeyote*? *Hivi duniani kuna bingwa wa mapenzi*? Akanyamaza. Nikamuuliza tena: *Mbona hunijibu*? Hakunijibu. Alinigeuzia uso ili asinitazame.

Nikamkumbusha amana ya vitoto vyetu viwili kama macho. Vitoto viwili ambavyo ilikuwa lazima tuvitunze kwa mikono minne badala ya miwili. Akanijibu kwamba mimi siijui dunia ya sasa naijua ya zamani tu. Nikamwuliza: *imekaaje dunia ya sasa*? *Ni hii dunia inayopeleka umma wa watu kuangamia jijini*? *Labda na wewe unataka kuangamia*? Nilimsisitizia: *wewe nenda sisi tutabaki hapahapa kama hutaki kuambiwa wala hutaki ushauri wangu.* Na kweli hakutaka kunisikiliza. Hakusikiliza chochote nilichomwambia. Ndege mimi nimeshanaswa ulimboni – basi harakati za mtego zimekwisha. Akanijibu: *Sikiliza Mkasi, mtu hajui anakokwenda, anajua anakotoka.* Nikamjibu: *Ala! Si Mkadi tena. Lakini uyasemayo ni kweli wala si uongo!*

***

Ndoa yetu ilikuwa ya kiasi cha kupata watoto wawili tu – *Waswahili husema watoto wawili ni kama mboni za macho, zikiingia pofu jicho moja binadamu hupungukiwa sikwambii macho mawili.* Mtoto wetu wa kiume ndiye aliyetangulia mtoto wa kike ambaye alifuatia baada ya miaka miwili. Hata alipokuwepo mume wangu Bakari, mimi tu ndiye niliyewashughulikia sana watoto hao. Yeye katia mbegu tu na hilo kubwa kwake. Mimi ndiye niliyewalea kwa mapenzi na juhudi *kadiri* ya uwezo wangu.

Baadaye Bwan' Kidaku aliamua ghafla kutukimbia. Wiki mbili tatu hivi kabla hajaondoka alikuwa akinibadilishia wimbo: *Mimi nakwenda jijini kutafuta maisha ili tutononoke na pia kuwasomesha watoto wetu.*

Hilo kwangu lilikuwa jambo zuri na baya kwa mpigo mmoja. Zuri, kwa sababu mtu akicheza bahati nasibu huenda akashinda ikibarikiwa na Mungu. Baya, kwa vile nilijua mapema kwamba jiji ni nyama kali lisilomwacha mtu yeyote dhaifu kama mume wangu – au mwanamke au mwanamume yeyote. Lakini nikajiuliza tena: *Hivi maisha yanatafutwaje? Yanatafutwa wapi? Na vipi? Sharti jiji ndilo liwe pahala pa kutafutia maisha?* Kwa hivyo, nilijua kwamba jinsi mambo yalivyopangwa na mume wangu, ningeachiwa mizigo mizito ya *kujikimu* mimi mwenyewe na watoto wangu. Watu husema: *simba jike ndilo kali*!

Nilitaka kumzuia Bwan' Kidaku asiende jijini. Lakini tokea lini mwanamume anazuilika asiende anakotaka au asitekeleze jambo alilokusudia? Wana kiburi kikubwa wanaume. Hata kama jambo halina kichwa wala miguu watalibeba tu kifuani. Basi tu haja zao wanaume ni *kukurupuka.* Hawatazami mbele wala nyuma. Hawapimi wajibu wanaouacha kwa kufuata tamasha na chereko za jiji zinazowanong'oneza masikioni na kuwalaghai. Pesa? Uongo? Mali? Udanganyifu. Kutononoka? Hakuna zawadi atakayoileta mume wangu kutoka jijini. Hilo nalijua. Lakini Mungu amnusuru, kwani matakwa ya mtu ndiyo yanayommaliza mwenyewe hatimaye.

Basi akanishinda nguvu mume wangu. Akanikatisha tamaa. Alinichosha kusikiliza nyimbo za kwenda jijini. Nikamwacha apeperuke. Akapeperuka kuelekea jijini kama pepo la dhoruba. Huyoo Bwan' Kidaku, kufumba na kufumbua, alipotea machoni mwetu bila ya kujali. Akanivisha tamaa kama nguo isiyomvuka mtu daima. Leo au kesho nilimtazamia. Mwezi uliofuata au uliofuatia nilihisi angerudi. Jua toka mvua ingia nilimngojea. Nikamngojea kwelikweli, lakini sikumwona wakati wowote yawe majira ya Kaskazi na Masika yalipobadilishana utawala kila mwaka. Sikumwona! Tamaa ilikatika polepole huku ikiniambia: *Wapi! Mume wako keshamezwa na jiji. Hutamwona tena*!

***

Tokea mwanzo kazi ya ukulima iliniangukia mimi. Sasa imezidi na kunipindisha mgongo. Ikijumlishwa na kazi nyingine, ziliufanya mzigo wangu uwe mzito kupita kiasi. Lakini ajabu ya Mungu, baada ya uzito wa mwanzo, (kwani kila siku mwanzo wa kila kitu ni mgumu), nilianza kufarajika. Watu husema: *Mungu akikupa kilema hukupa na mwendo.*

Baadaye nilifanya kazi zote kwa jukumu na furaha kamili. Katu sikubeba uchungu wowote. Nilijikuta tu nimeingiwa na raha kuamka alfajiri kwenda kondeni, kisha alasiri kurudi nyumbani kufanya kazi nyingine zilizoningojea.

***

Kweli mtu hajui mpaka atambue. Sasa nimejua baada ya kutambua. Kwa hivyo, ninajua tamu ya kuamka mapema kufanya wajibu wangu. Katika kuamka mapema kwenda kondeni, nilifarajika sana na viumbe vya Mungu. Kusema kweli ilikuwa lazima nitake kitu cha kunifarajisha. Katika kwenda na kurudi nilivutiwa sana na sura na tabia za ndege. Wakati wote wa kufanya kazi yangu mpya nilipata fursa ya kupanga urafiki na ndege ili wanizoee na kunifarajisha.

Niliwatia ndege moyoni mwangu kujaza lile pengo la kuondokewa na mume wangu, Bwan' Kidaku. Wao ndege pia walinitia nyoyoni mwao na kunifanya niwazoee. Jambo hili linathibitishia mpaka sasa kuwa urafiki hudumishwa kwa kubembelezeana vitendo vyema.

***

Alfajiri ...

Niliwazoea ndege kwa namna kadha. Mili yao iliyovishwa nguo mbalimbali za manyoya, wakati kama huo zilionekana kama vivuli vyeusi tu gizani nilimopita. Sauti zao bado zilikuwa na mabaki ya usingizi. Baadaye lakini, kulipopambazuka, sauti za ndege zilitoa nyimbo za ajabu zenye vuguvugu kamili. Nafsi yangu ikanambia: *kila jambo lina mwisho* na *kenda karibu na kumi*. Si uongo!

***

Naam, baada ya kusema na nafsi yangu uso kwa uso, nilianza kuona maisha ya upweke yananichekelea kwa mbali. Ushujaa wangu ukanichukua polepole huku ukinijaza nguvu na fahari. Huku nikibadilika kimwili, kiakili na kihisia – hatua kwa hatua. Nilitambua kumbe kazi anayoipenda mtu humsahaulisha mabaya na kumpa uchangamfu wa ajabu. Naam, sasa nimetambua. Kwa hivyo, najua tamu ya kuamka mapema na kufanya kazi ninazozipenda mfululizo kuliko kufikiri nani na lini atarudi. Au kugombana na mwanamume unayemwita mpenzi wako. Mume wako. Baba wa watoto wako.

***

Katika kuwa na ndege wakati huu, wakati wote kusema kweli, huenda kazini na kurudi nyumbani kwa furaha na kufunguka moyo. Kazi ni maumbile yetu sisi binadamu. Hatuwezi kuiepuka. Ukiiepuka kazi, ama utakuwa mzembe au mwizi. Utakuwa mgonjwa au mjanja wa kujifichaficha na kunyang'anyanyang'anya. Kazi tunaihitaji hasa tunapokuwa si peke yetu. Pale tunapolazimika kutoa mchango mkubwa kwa wagonjwa au wale wasiokuwa na uwezo au nguvu. Kazi, kwa hivyo, niliona utamu wake nilipokuwa nikilima au kupalilia au kuvuna. Wakati wote huo ndege hunizunguka na kunishangilia. Nimewakaribisha ndege wanizoee kwa nini wasinishangilie? Wao pia wamenizoea. Mazoea zaidi ya yale ya mume wangu aliyeyoyoma na kunikimbia. Ijapokuwa yalikuwa mazoea ya sehemu ndogo tu. Sehemu ndogo tu kama punje ya mchanga, mazoea ya ndege na binadamu huweza kumjaza mtu furaha!

Jambo hili lilikuwa baraka kubwa kwangu. Lilinithibitishia kuwa urafiki huendelezwa na kudumishwa kwa mapenzi na vitendo si kwa tamaa ya kitu hiki au kile. Kama si hivyo, binadamu humalizika mapema. Mume wangu kaondoka, kwa hivyo, kakata mapenzi na vitendo ndani ya maisha yetu. Labda alitaka nimalizike mimi na watoto wangu. Lakini *Mungu si Mzee Mkumba*. Ndege wameingia moyoni mwangu kuchukua nafasi ya mume wangu. Nimewazoea ndege kwa mapenzi na vitendo. Niliwalisha vyakula vya ziada, mbali na vyakula walivyokula mitini na mwituni.

Zamani ndege walikuwa wamejaa tele katika dunia yangu. Lakini sikuwaona. Na kama niliwaona sikuwajali. Nilimjali mume wangu na watoto wangu tu. Sasa haiwezi kupita hata dakika bila ya kuwaona ndege na kuchangamka nao. Na wao wakiona sipo huja mpaka mlangoni pangu kudonoa punje za chakula nilichowawekea na maji ya kunywa ya kufyonzea.

Sasa nilipowakodolea macho wakati jua lilipochomoza na kufikia mchana wa jua kali, ndege walikuwa viumbe halisi na nyimbo zao kamili. Nyimbo zinazoimbwa huamsha vuguvugu linaloamsha hamu yangu na yao. Hapo tena, mimi na jembe langu mkononi, nilipigana kuburuga ardhi kavu au iliyo maji.

***

Leo nimeamka kwa shangwe na vigelegele akilini mwangu. Vigelegele vilivyokolezwa na nyimbo tamu za ndege. Mara nyingi siku hizi sisemi na mtu. Nimebaki peke yangu nyumbani. Nimekimbiwa hata na watoto wangu. Kibarua, mtoto wangu wa kiume aliyejiunga na Chuokikuu cha Salama, ameniarifu kwamba amefaulu vizuri masomo yake. Amenitajia kwa lugha yake ya kimombo kwamba amepata *fastodigidii*. Sijui hata maana yake mshamba mimi. Labda ni kitu *kinachodigida*. Naomba tu isiwe nazi mbovu inayodigida vibaya ikitingishwa. Lakini yeye amenifahamisha kwamba jambo hilo ni kubwa katika maisha yangu, na yake na ndugu yake wa kike ambaye naye amefaulu mitihani ya *fomusekisi* kama alivyonitamkia yeye. Ndilo somo gani hilo, hata sijui. Namwombea dua afanikiwe asije akamezwa na nyama hilo. Na hasa kwa vile aliniambia hilo nalo ni jambo kubwa. Ndivyo alivyoniambia Bishira.

Wakati mwingine niliduwaa tulii kusikiliza sauti zangu za ndani, nikishangazwa na mambo kadha yaliyonijaa kichwani. Hivi kwa nini sisi wanawake wa kizazi kilichopita hatukupata fursa ya kupelekwa shuleni? Kwa nini wazazi wetu hawakuchukua jukumu la kutusomesha? Kwa nini tumebandikwa ndoa harakaharaka? Kwani tumetupwa ndani ya karo inayonuka harufu ya maji ya chooni? Halafu hujiuliza: *Je, mimi peke yangu nimewezaje kumudu maisha ya mafanikio ya namna hii? Nimewezaje kupambana na ardhi kufa na kupona ili inipe nafuu ya chakula na pesa za kulipia elimu ya watoto wangu?* Namshukuru Mungu kwamba nimerithi ardhi waliyoniachia wazazi wangu. Kama nisingekuwa nayo sijui hali ingekuwaje. Hii ardhi yenye rutuba imekubali kunipa neema kubwa kuliko nilivyotarajia. Sikuhitaji kwenda kutafuta maisha pahala popote pale. Sina haja ya kwenda jijini. Nipo hapahapa kijijini na nguvu zangu za mwili. Nipo pahala hapa ambapo *mkoko wa mambo ndio kwanza unaalika maua*. Hapa napanda mimea ya mazao ya chakula na mazao ya kuuza. Mvua inanyesha kwa kiasi na jua linawaka kwa kipimo. Hii ni nini kama si baraka ya Mungu? Haya yote yamenirutubisha mimi na watoto wangu kama ninavyoirutubisha ardhi kwa mbolea.

Wakati mwingine nilijikuta nimeduwaa na kutulia tulii kusikiliza sauti zangu za ndani kwa ndani. Nadhani niliduwaa kwa sababu nilishangazwa na mambo kadha yaliyonijaa kichwani. *Hivi kwa nini sisi wanawake wa kizazi kilichopita hatukupata fursa ya kupelekwa shuleni? Kwa nini wazazi wetu hawakuchukua jukumu la kutusomesha? Kwa nini mpaka sasa tuko tunaobandikwa ndoa harakaharaka? Kwani tumetupwa ndani ya karo?* Baada ya kujiuliza maswali haya ya ujumla kwa mara nyingine, nafsi yangu iliuliza maswali ya aina nyingine yaliyofanana na maswali niliyojiuliza mwanzoni. *Je, mimi peke yangu nimewezaje kumudu maisha ya mafanikio ya namna hii? Nimewezaje kupambana na ardhi kufa na kupona ili inipe nafuu ya chakula na pesa za kulipia elimu ya watoto wangu?*

Haya yote hayakurutubisha ardhi na vipando tu bali mimi mwenyewe na watoto wangu pia. Bila shaka watoto wangu wamefaidika kupenya katika chungio la maisha ambayo mimi mwenyewe sikuwahi kupenya. Kula vizuri, kuvaa vizuri, kulala pahala pazuri, kupata elimu nzuri na kuchangamkia maisha mazuri. Mimi, kama mimea yangu inayomea, nimerutubishwa na ardhi kwa namna ya ajabu. Katika muda mrefu wa kuchukuana na kushibishana, mimi na ardhi yangu tumeshakuwa kitu kimoja kilichochanganywa na kitu na mtu. Kwa namna hii nilitaka niweko shambani kwangu siku zote. Na pindi nikishafika shambani hutaka nisiondoke. Ama huirutubisha ardhi au ardhi hunirutubisha mimi kwa mazao mwafaka. Hivi sasa tumeshafikia hatua ya kuweza kusemezana na kusikilizana.

"Panda mboga" Ardhi huniambia.

"Mboga tena?" Husaili.

"Ndiyo" Ardhi hutoa jibu la mkato.

"Kwa nini lakini?"

"Kuna bei nzuri sokoni."

"Umejuaje?"

"Kwani nimewahi kukudanganya katika ushauri wangu?"

"La, hapana."

***

Wakati huu nilikuwa nikipalilia zao la 'maua jua', yaani *sunflower* kama wasemavyo wanaopenda kimombo. Nilikuwa nimepinda mgongo na nafsi yangu ilikuwa imekita kwenye hifadhi ya ardhi na mimea yangu ya 'maua-jua'. Mimeajua, ardhi na mwili wangu kila siku ni kitu kimoja kilekile kinachotupa furaha ya pande tatu. Furaha ya mimea ni kulishwa na ardhi na kunywishwa na mimi. Furaha ya ardhi ni kukamilishwa na mimi katika mizani yake ya kutia na kutoa rutuba. Furaha yangu mimi ni kuifanya ardhi na mimea yangu iwe na siha na ustawi ili nivune vuno lenye faida kwangu na wateja wangu. Nilitunga shabaha ardhini karibu na mashina ya mimea yangu kung'oa magugu maharibifu. Vidole vyangu vilivyokomaa vilikwenda na kupishana harakaharaka katika kuinamisha magugu na kuyang'oa.

***

Ghafla, niliisikia sauti ya kike ikiniamsha kwenye harakati zangu za kupalilia. Niliinua kichwa changu ghafla nikamtazama mwanamke huyo. Alikuwa mwanamke wa ajabu kwangu ambaye alikuwa kashiba maziwa ya mama yake. Alikuwa mwingi wa maungo na mrefu kidogo. Kichwani alibeba nywele za singa nyeusi kama masizi ya chungu kisichoondoka mekoni. Uso wake ulikuwa umeumuka kama mkate uliotiwa hamira nyingi. Lakini uso wenyewe ulikuwa na ulaini wa ngozi iliyopauka – ngozi ambayo haikuwa ya maumbile. Macho yake makubwa yenye ute mweupe na kiini cheusi yalikuwa makubwa na makali yalipomtazama mtu huku yakitoa mwanga ulioashiria balaa. Yalikuwa macho yaliyopakwa wanja kwa fujo. Juu ya macho hayo palikuwa na mrambisho wa arishedo ya rangi ya mwani.

Alikuwa mwanamke aliyevaa *kitopu* cha maua kilichombana na kuyafanya matiti yake yatoke nje *kusasambura* mviringo wake. Nilimtazama toka utosini hadi nyayoni na kumwona kwamba kababuka miguuni, kifuani na usoni. Nadhani alikuwa akitumia dawa ya kupaua ngozi yake. Pia alivaa *jeans* ya buluu. Kwa sababu kiuno chake kilikuwa kimepanuka na kuchukua kivimbo cha ajabu, aliweza kuchekesha mtu yeyote aliyemwona.

Mara moja nilifahamu kwamba mwanamke huyo ni mwanamke wa jijini. Alionekana mkavu, mshari, hana subira wala haya. Alianza tu kunivamia kwa maneno makali.

"Wewe ndiye mke wa Bakari?" Alianza mwanamke huyo kwa toni ya ufedhuli.

"Ndimi, kwani unataka nini?" Nilijibu huku nimepandisha kauli yangu juu kidogo kujibu ufedhuli wake.

"Wewe ndiwe mke wake hasa?"

"Niliyekuwa," Nilijibu kwa mkato.

"Kwani kakuacha? ... Kwani kakupa talaka?" Aliuliza huyo mwanamke kwa kupinda midomo yake.

"Yote unayatakia nini wewe? Mbona unanidodosa sana? Wewe nani kwa Bakari, ndugu au hawara?"

"Hunijui mimi?"

"Sikujui."

"Basi utanijua karibu."

Hapo hapo huyo mwanamke aligeuka kunipa mgongo. Akakupuka bila ya kutazama nyuma. Ilikuwa vigumu kwangu kutambua kama ile ilikuwa ndoto au ukweli? *Je, mwanamke huyo alikuwa shetani aliyechukua umbo la kibinadamu au alikuwa binadamu mwenye ngozi, nyama na mifupa? Kwa nini kaja hapa kunifuata kwa ukavu na kimachomacho? Katumwa au kajileta mwenyewe kimbelembele tu au ... ? Tuseme huo ulikuwa utabiri fulani? Lakini utabiri wa nini? Utabiri gani?*

Baada ya mwanamke huyo kuondoka mbele ya macho yangu, niliivuta picha yake. Alikuwa mwanamke wa ajabu ambaye sikuwa nimepata kumwona katika maisha yangu. Ngozi yake laini na nyororo kama ya mtoto mchanga. Nilipomtazama vizuri nilihisi ngozi yake ingechanika wakati wowote kudondosha viungo vya ndani vya mwili wake. Uso ulirembwa podari nyeupe ambayo ilimfananisha na mwari aliyechezeshwa ngoma ya shetani wa kilua. Vikoba vya macho yake vilirembwa kwa rangi ya mwani ambayo wanawake wa kimji waliita arishedo. Nywele zake ziliachwa zimetimka timtim kama kiota cha ndege asiyejenga nyumba yake kwa hadhari. Kivazi chake kilishikana na mwili wake ulioumuka, mkuza na mzito, na kumwacha kama aliyemiminwa ndani ya kivazi hicho. Alipoondoka alichukua miondoko ya hadhari huku akifuata amri ya uzito wake na ncha za visigino vya viatu vyake.

***

Mwaka mzima sura ya mwanamke huyo ilinijia kila mara baada ya kutoweka kwake, nilipokuwa nyumbani kwangu au kondeni kwangu. Nilimwona mbichibichi ndani ya macho yangu nikashangaa kwa nini alinijia tena na tena ndani ya uhalisia kamili. Pia nilimwota kwenye ndoto au katika vitisho au vituko vya jinamizi. Nilimwona nilipokuwa kimya nikifanya kazi zangu nyumbani au kondeni. Nilimwona nilipokuwa nikisema na marafiki, wahisani na majirani zangu.

Akilini mwangu nilihangaishwa na ziara na ugeni wa kiumbe yule. Sijapata kumwona katika mazingira ya ujirani wangu. Nani yule? Mwanamke gani yule? Kwa nini kanijia namna ile? Kwa nini kanijia mimi miongoni mwa watu wote kijijini petu. Isitoshe nilisisimkwa na mwili nilipofikiri uhusiano wake na mume wangu. Ndiyo ni mume wangu mpaka leo kwa sababu mimi na yeye hatujaachana kwa talaka. Tumetengana tu. Ndiyo tuko mbalimbali kama mbingu na ardhi, lakini utengano si talaka, maana ndoa ni taasisi ya sheria.

Jambo hili liliniathiri mno. Pia liliathiri mwenendo wa kazi zangu. Liliathiri uhusiano wangu na ndege na mimea. Ndege walikuwa karibu yangu, lakini niliwahisi wako mbali na mimi. Waliimba lakini nyimbo zao hazikuniingia masikioni mwangu. Niliipalilia mimea lakini sikuifuatilia jinsi ilivyokua na kunawiri. Hali nzima ilikuwa kero na udhia kwangu.

***

Siku moja nilipokuwa nikiosha vyungu, sufuria na sahani mbele ya kibanda changu, nilishuhudia miujiza mipya machoni mwangu. Ghafla, nilipoinua kichwa changu, nilijikuta nimekabiliana na kiumbe cha ajabu kilichokuwa kimesimama mita kumi na mbili hivi. Sikusikia hatua za kiumbe hicho kilipokuwa kikija upande wangu mpaka pale Bob, mbwa wangu, alipoanza kubweka.

Nilisita kwa mshangao na hofu na kuiacha sufuria niliyokuwa nikiisugua kwa shushu na sabuni ya unga ya *Vim* ili kutoa ukoko wa chakula ulioganda. Nani yule aliyesimama huku kaegemea mkongojo? Jicho langu liliniambia kwamba kiumbe kile hakikuwa binadamu kamwe. Kilikuwa labda maiti kwenenda, kizuu au mzingapole. Alisimama hapo huku akiyumbayumba, wakati wowote angeanguka chini kwa vile alionekana mwepesi kuliko ubua. Alikuwa mweusi kuliko masizi. Mdomo wake ulikuwa umezungukwa na vipele na vidonda. Kifua chake kilikuwa kikipanda na kushuka kama vile kakimbia mbio za masafa marefu. Alikuwa akituta huku akinitazama kwa macho yake makubwa meupe yaliyokuwa yametumbukia ndani ya mabakuli ya mafupa yayo. Alikuwa dhaifu, kachoka au kabakisha mstari mwembamba kama unyusi ambao dakika yoyote ungekatika na kumaliza maisha yake.

Nilishtuka na kuogopa. Niliinuka pale nilipochutama. Nilikuwa tayari kukimbilia kibandani mwangu. Lakini ghafla kiumbe hicho kilitoa sauti hafifu kama jani la mti lililokuwa linaanguka chini.

"Mka ... di ... Mka ... Mkadi ..." Kiliwahi kutamka hivyo kiumbe hicho. Halafu kilianguka chini, chenyewe na mifupa yake.

Sauti ile sikuweza kuisahau? Ningewezaje kuisahau sauti ya mtu niliyempenda tokea zamani? Mtu niliyeishi naye kwa furaha na bashasha kwa miaka mingi. Mtu aliyenigeukia na kuniona si lolote si chochote kwa miaka mingi pia. Mtu aliyekataa kusikiliza maoni yangu. Mtu aliyenikimbia hatimaye, mimi na watoto wangu. Alikuwa mume wangu, Bakari. Ndiye Bakari mume wangu. Alirudi kuja kuniletea zawadi kabla hajafa. Zawadi ya kifo chake cha ugonjwa wa uasherati ambao hauna dawa.

Nilipotambua kwamba yule alikuwa mume wangu Bakari, nilitambua kwamba kapata ugonjwa wa kisasa. Nilipiga ukwenzi mkali na kupinduka chini huku kivuli cha yule mwanamke aliyenisimanga kikinijia na kunicheka. Labda yeye ndiye aliyemwambukiza mume wangu ugonjwa huo.

Maswali

1. Huku ukimrejelea Mkadi, jadili nafasi ya mwanamke katika jamii.
2. Je, kitendo cha Bakari kwenda jijini kina umuhimu gani katika hadithi?
3. Eleza jinsi mbinu hizi zilivyotumika kwenye hadithi:

   a) Tashihisi b) Maswali ya balagha
4. Fafanua sifa za Mkadi zinazojitokeza kwenye hadithi.
5. Je, unajifunza nini kuhusu Bakari katika hadithi hii?

Farouk Topan

Farouk Topan alizaliwa Zanzibar, Tanzania, mwaka wa 1940. Alisomea shahada ya B. A, M. A na Ph. D. katika Chuo Kikuu cha London (SOAS). Alianzisha masomo ya fasihi ya Kiswahili katika Chuo Kikuu cha Dar es Salaam katika mwaka wa 1970 na Chuo Kikuu cha Nairobi, 1972. Pia amefundisha Fasihi katika Chuo Kikuu cha London. Ameandika kazi nyingi za fasihi: tamthilia pamoja na hadithi fupi.

Ukweli wa Mfagiaji

Nilikuwa nimekwisha kutoka *Westlands* – ambako nilinunua bidhaa kadha wa kadha madukani. Sasa nilikuwa nikiendesha gari langu kwenye barabara ya *Uhuru Highway*, nilipohisi kuna kitu kilichokuwa hakipo mfukoni. Mfuko ulikuwa mwepesi sana. Huenda pochi yangu imenitoka, niliwaza. Nikaupitisha mkono kwenye mifuko, huku moyo wanidunda, ili kuthibitisha. Mkono ulipofika mfukoni nikakuta pochi haipo! Nikaguna kwa sauti! Iliangukia wapi? Nilijiuliza. Ikanibidi nigeuze gari upesi nirudi nilikokuwa ili niitafute ingawa uwezekano wa kuipata ulikuwa finyu mno.

Mke wangu angenilaumu kwa kupoteza pochi, kwani hakupenda niibebe katika mfuko wa nyuma. "Ama siku moja itaibwa au itakudondoka," alikuwa akinionya mara kwa mara. Pochini mlikuwa na shilingi elfu sita na kadi nne za benki. Sikujali sana kuzipoteza. Nilikuwa nimeziandika namba za kadi katika kijitabu; hivyo, halikuwa jambo zito kuzifuta kadi zote na kuzifunga zisitumike tena. Hapana, kitu kilichonikera sana na kunisikitisha ni kupoteza picha mbili zilizokuwamo humo kwa miaka. Nilijilaumu sana.

Niliingia maegeshoni Westlands. Pahala pangu palikuwa pamekwisha-chukuliwa. Kwa hivyo, nikapata nafasi kwingineko. Baadaye nilirudi pale kwa miguu nikaanza kuitafuta pochi. Kama ungeniona ungefikiri ni mtu aliyekuwa akiumwa na mgongo wala hakuweza kusimama! Kwani nilikuwa nimeuinamia uwanja nikiupekua kwa macho na mikono.

"Unatafuta nini?" Nilisikia sauti ikiniuliza.

Nikanyanyua kichwa nikamtazama aniulizaye. Alikuwa mmoja wa wafagiaji uwanja, amesimama na ufagio wake. Alikuwa amevaa kofia ya wachezaji *baseball* na miwani ya kukinga jua. Nilikuwa nikimwona mara kwa mara niendapo madukani lakini siku hiyo ilikuwa mara ya kwanza kunisemesha. Nilikisia kuwa alikuwa na umri sawa nami; kwenye milango ya kati hadi ya mwisho ya miaka ya arubaini. Aliivua miwani alipokuwa akizungumza nami.

"Pochi. Pochi yangu," nilisema huku nikihema.

"Rangi gani?" Akauliza tena.

"Nyeusi."

"Ina pesa?"

Maswali yake yakaanza kunikera.

"Ndiyo."

"Kiasi gani?"

Sikuweza tena kustahamili. Alielekea kunifika kooni.

"Wewe unatakia nini? Haikuhusu wewe," nikajibu kwa mkazo wa sauti.

"Si nataka kujua tu kama kweli pochi niliyoiokota ni yako." Naye akajibu huku akitabasamu kama mtu aliyenielekeza mtegoni.

"Umeokota pochi?" Nikauliza kwa hamu tena kwa sauti nyenyekevu.

"Naam."

Nilishusha pumzi na kumeza mate ya utulivu.

Mtu yule alirejea kuniuliza maswali yake, ambayo sasa sikuwa na radhi kuyajibu. Nikamwambia kiasi cha pesa zilizokuwa pochini, na pia nikazitaja picha. Baada ya kuridhika na majibu na maelezo yangu, akaichomoa pochi mfukoni mwake, huku kanitungia macho na kunipa. Nilifurahi sana! Nikamshukuru sana kisha nikatoa noti za shilingi elfu tatu nikataka kumpa. Alipoona namnyoshea mkono uliokuwa na pesa alishangaa na akakataa kuzipokea akisema alilofanya ni wajibu wake tu.

Nilichofanya cha kwanza baada ya kurejesha noti hizo pochini ni kuzikagua picha. Zilikuwepo. Moja ilikuwa yangu na mke wangu tulipokuwa wachumba zaidi ya miaka ishirini iliyopita. Tulikuwa vijana mosi hizo. Tuliitazama kamera kwa ucheshi, pengine utundu. Ya pili ni ya mtoto wetu, John, alipokuwa na umri wa miaka tisa au kumi hivi. Sasa keshakuwa mtu mzima, kijana mwenye umri wa miaka ishirini na mitatu. Naye pia ana mchumba wake, mtoto mzuri mwenye adabu na heshima. Wanapania kufunga ndoa mwakani.

Nilipomhadithia mke wangu, Florence, mkasa wa pochi na vile mfagiaji yule alivyokataa kupokea pesa nilizompa, alistaajabu. Vipi mtu mwenye mshahara mdogo akatae kupewa pesa zinazotolewa kwa nia na moyo safi? Labda huyo mfagiaji ni mtu mwenye haya, alishikilia Florence. "Basi tumwalike yeye na mkewe, ikiwa ana mke, tumlipe hisani yake," akaongeza. Sikuelewa. Tumwalike? Nikajiuliza. Tumwalike kwetu? Mfagiaji tu pale alipo? La, niliona bora nipate kumjua kwanza.

Basi nikamwalika kunywa kahawa nami palepale Westlands wakati wa mapumziko yake kazini. Polepole, baada ya kukutana naye mara kwa mara kila nijapo madukani, hadithi ya maisha yake ikajengeka hatua kwa hatua. Akanisimulia vile alivyopambana na maisha. Hayakuwa maisha rahisi yaliyonyooka twaa na kutiririka bila ya pingamizi.

Alizaliwa Nakuru na kukulia Nairobi ambako alikuwa mwanafunzi wa uhasibu. Alitaka asomee shahada ya *CIMA*, yaani *Chartered Institute of Management Accountants*. Uamuzi huo ukawa mwanzo wa safari ndefu iliyohitaji bidii, jitihada na kujiamini kwani hakuna mwanafunzi kote duniani asemaye kuwa mitihani

ya *CIMA* ni rahisi. Asemaye hivyo ama ni bingwa ajabu au mwongo arubaini! Na kwake yeye, Mfagiaji, mazingira ya masomo pia yalikuwa hayeshi mushkeli. Kwanza, ilibidi alipe ada za masomo kila mwaka. Pili, masomo yaliendelea kwa muda mrefu hata akawa yumo mwishomwisho wa masomo ya *CIMA* alipokuwa akimchumbia Agnes, uchumba uliofana, na baadaye kuoana na kupata mtoto. Alivumilia, akijua kwamba akifuzu angepata kazi ambayo ingemletea mapato ya kuweza kuishi bila ya kuwa na woga wa kujinyima.

Naye hakukosea. Ilichukua muda wa miaka saba kumaliza mitihani yote ya *CIMA* na kupata cheti cha kumtambulisha kama mhasibu kamili. Miaka saba si mchezo! Lakini kama wavyele walivyosema, baada ya dhiki faraja. Akapata kazi kama mhasibu msaidizi katika kampuni kubwa inayosafirisha maua Ulaya na yenye mashamba ya chai na mazao mengine. Baada ya muda, akapandishwa cheo akawa – kama wanavyoita wenyewe afisini - '*No. 2*', yaani mhasibu wa kampuni nzima akifanya kazi chini ya mhasibu mkuu. Mshahara ulikuwa si haba; tita zuri la pesa. Mshahara huo ulimwezesha kujiwekea akiba nzuri kila mwezi, na hata kujiingiza katika ununuzi na uuzaji wa hisa kwenye *Nairobi Stock Exchange*. Yeye na Agnes wakaishi kwa raha na starehe za kifamilia, wakimlea mtoto wao Janet.

Licha ya kumlea Janet awe mtoto mwenye adabu, walimpa pia mafunzo matatu wakitarajia yatakuwa ndio msingi wa kumwezesha kujiamini maishani. Kwanza, aamini kwa dhati kwamba hakuna mwanamume duniani aliyempita kiakili ati kwa misingi kuwa yeye ni mwanamke. Wahenga wametuambia akili ni nywele, kila mtu ana zake. Lakini hawakuongeza kusema ati nywele za msichana ni duni kuliko nywele za mvulana! Watu hupitana kiakili jinsi waitumiavyo, si kijinsia. Janet akalishika kikiki funzo hilo.

Funzo la pili lilikusudiwa kuendeleza la kwanza. Janet alitakiwa aamini kwamba ana uwezo wa kujitegemea maishani kwa kutumia akili na elimu. Na la tatu lilinuiwa kujenga juu ya hayo mawili: kwamba ana haki za kibinadamu ambazo lazima azipiganie zikiukwapo. Agnes na mumewe waliyasisitiza mambo matatu hayo katika malezi ya Janet. Wakafuzu, tangu alipokuwa mdogo hata alipoibukia msichana mzuri kitabia na sura, urembo na uhodari. Akaingia Chuo Kikuu, na baada ya masomo, akapata kazi hapa hapa Nairobi. Sasa hakai na wazee; amepanga nyumba yake Lang'ata.

Miaka ilipita. Mfagiaji – akiwa mhasibu wa kampuni nzima wakati huo – aliendelea vyema na kazi yake. Wakurugenzi na wafanyakazi wengi walimpenda na kumwamini, naye pia akawapenda na kujiaminisha kwao. Alipenda kupendwa.

Siku moja, miezi miwili iliyopita, Mkurugenzi Mkuu alimwita Mfagiaji ofisini mwake asubuhi. Alipoingia, pia alimkuta humo Afisa Mwajiri wa kampuni aliyeshughulikia masuala ya wafanyakazi (yaani *Human Resource Manager*). Mkurugenzi akamwashiria Mfagiaji akae mkabala nao pale mezani, tena akamwambia: "Samahani, David kwa kukuita hapa asubuhi hii, lakini limeibuka jambo muhimu sana ambalo lazima tulijadili."

Mfagiaji, ambaye jina lake halisi ni David, aliingiwa na wasiwasi.

"Sawa," David alijibu.

"Mhasibu Mkuu, yaani mkubwa wako, ameniletea karatasi ambazo nataka uzitazame," alisema Mkurugenzi Mkuu huku akimsogezea David karatasi mezani.

David akazitazama kwa utulivu na utuo. Hadi sasa amewahi kuziona nyaraka kama hizo kwa mamia na mamia tangu aanze kufanya kazi katika kampuni hiyo. Ni nyaraka zinazoidhinisha malipo kutoka katika akaunti ya kampuni.

"Zitazame hizo mbili. Umeziidhinisha wewe?" akaulizwa David.

"Naam. Nimezitia saini zote mbili. Kwani kuna shida?"

"Naam," akajibu Mkurugenzi. "Hebu zichunguze vizuri. Ni nani mpokeaji pesa? Na umeidhinisha kiasi gani cha pesa?"

Alipozitazama kwa makini, David alishangaa. Nyaraka moja iliidhinisha *KShs* 150,000 na ya pili *Kshs* 80,000. Jina la mpokezi pesa lilikuwa 'Martin Malonde', tarishi mfanyakazi katika Idara ya Uhasibu.

"Sielewi" alisema David huku ameshangaa, tena akaendelea kama anayezungumza na nafsi yake. "Kwa nini Malonde apokee pesa zote hizi? Na hapa kwenye maelezo kumeandikwa 'Malipo' tu. Malipo ya nini? Hahitaji kitu."

"Haswa!" alisisitiza Mkurugenzi. "Tulidhani wewe utaeleza zaidi kwa vile umeziidhinisha nyaraka zote mbili hizi. Umetia saini wewe mwenyewe, au sivyo?"

David aliduwaa. Saini hizo kweli zilikuwa zake mwenyewe, si feki. Lakini hakumbuki kamwe wakati alipozitia saini.

"Nakuuliza tena," alisema Mkurugenzi, huku kanikazia macho. "Je, ni wewe uliyeziidhinisha pesa hizi apewe Martin Malonde, tarishi wa idara yako?"

David alihisi jasho jembamba likimtanda kipajini. Akajua vile alivyokuwa amesimama kwenye ukingo wa shimo lililochimbwa mbele yake. Ajibuje? Alibabaika.

"Sijui kwa nini Malonde apewe pesa hizi," alisita kidogo, akaendelea, "Lakini, ndivyo, karatasi hizi nimezitia saini mimi – ingawa sikumbuki kuzitia saini."

Mkurugenzi alicheka kicheko cha kichinichini; kicheko cha kejeli. "Sisi hatujali ikiwa unakumbuka au hukumbuki. Muhimu kwetu ni wewe umekiri kwamba ni kweli, umezitia saini nyaraka zilizomwezesha Martin Malonde kutuibia pesa hizo."

Mkurugenzi alisema kwamba Martin Malonde hakuwa ameenda kazini siku hiyo na jana yake, wala hakupatikana kwa simu. *Keshang'oa* na pesa mfukoni! Hapo alimweleza David kwamba jambo hilo lilikuwa limejadiliwa na wakurugenzi wa kampuni kwenye kikao maalumu kilichoitishwa jana yake. Walikuwa wameamua kumwachisha David kazi baada ya kuhakikisha kwamba yeye ndiye aliyezitia saini nyaraka hizo.

"Ni wajibu wangu sasa kukuarifu kirasmi kwamba unaachishwa kazi kutoka wakati huu. Tulijadili kirefu kuhusu pesa zilizoibwa. Tulitaka uzilipe zote, na, kama ungekataa, tungekupandisha mahakamani. Lakini mkubwa wako, yaani Mhasibu Mkuu, amekutetea na hakupenda jambo hili lifike mbali. Ni wazo la busara hilo, nasi tukamkubalia. Kwani, kama ujuavyo, kampuni yetu inavuna faida kubwa kila mwaka. Hizo ulizozichukua …"

"Mimi sikuchukua pesa!" alidakia David kwa hasira.

"Si pesa nyingi sana. Na kama Mhasibu Mkuu alivyoshauri, kukuachisha kazi kunatosha. Lakini tunafanya hivi kwa sharti moja. Lazima ukukubali huku kuachishwa kazi."

David akalisikiliza sharti hilo, akalikubali. Tena Afisa Mwajiri huyo akamtaka David ampe kitambulisho chake, funguo za ofisi na hata za gari. Baada ya kuvipokea, aliongozana naye mpaka kwenye mlango wa jumba, akamsindikiza nje, akamuaga David kistaarabu.

David sasa alijikuta nje ya jumba, amefadhaika, hajui la kufanya. Jasho lilimvuja. Manyunyu yaliyokuwa yakinyesha yalimpoza kidogo. Alienda mkahawani, akaagiza kahawa tupu (bila ya maziwa), akaanza kuvuta fikira. Vituko vilivyompata siku hiyo akaviona kama filamu mbaya iliyoigizwa hivi punde.

***

Kuachishwa kazi mumewe kulimgutusha na kumhuzunisha Agnes. Naye pia, kama David, hakuelewa nani alimsingizia wongo huo. Akashukuru kwamba maisha yao yote wamejiweka kwa heshima na murua; hivyo, hakuna mtu angesadiki ati David ni mwizi! Alishukuru pia kuwa walikuwa wameishi kwa uangalifu bila ya kuharibu au kuvuruga pesa. Kwa hivyo, angalau sasa wana uwezo wa kuendelea kuendesha maisha kwa muda kabla ya David kupata kazi nyingine. Lakini muhimu zaidi ya yote haya ni kwamba Janet sasa anajitegemea mwenyewe. Ana kazi nzuri, ana pahala pake pa kukaa, na anaendesha maisha yake. Aliona bora ampigie simu ampashe habari ya vituko hivi vilivyomsibu baba yake hivi leo.

***

Janet aliingia nyumbani moyo ukimpigapiga kwa wasiwasi na hofu. Alikuwa na maswali mengi yaliyompitapita kichwani. Alitaka ajue ukweli wa mambo. Alitoka upesi kwenda kwao nyumbani. Baada ya kuamkiana tu, alianza kumwuliza baba yake maswali ili apate uhakika wa yote yaliyotokea. David alimsimulia.

"N'na hakika yupo mtu amekudanganya. Hebu fikiri. Yupo mtu amekubabaisha ili utie saini nyaraka?" aliuliza Janet.

"Vipi? Amenibabaisha vipi?"

"Sijui. Vyovyote vile".

Swali la Janet mara likamkumbusha kitu. Siku moja, hivi karibuni, aliitwa na Gilbert Nyandau, Mhasibu Mkuu, aende ofisini mwake kuzungumza mambo ya kikampuni. Alipofika huko akamkuta Martin Malonde karibu kutoka chumbani humo. Martin alikuwa na karatasi mkononi.

"Ah Bwana David! Nilikuwa naja ofisini kwako kukuletea hizi nyaraka! Nikupe sasa?" David akazipokea. "Je, nije baada ya nusu saa hivi kuzichukua?" David akamkubalia. Lakini mara Martin akabadilisha shauri. "Kusema kweli, narudi hapa kuzichukua nyaraka nilizomletea Bwana Gilbert. Ni sawa nikija nikizichukua na zako pia?" David tena akamkubalia.

David alizipitia nyaraka upesi upesi wakati alipokuwa akizungumza na Mhasibu Mkuu. Aliiangalia ya kwanza kwa makini, akaitia saini, na zile mbili nyingine alizitupia macho kijuujuu tu, akazitia saini. Alimrejeshea Martin alipopita kuzichukua. Ndivyo ilivyotokea.

***

Baada ya kusikia hayo, Janet akamkatia shauri baba yake. Alimtaka kesho yake aende kwa wakili fulani mjini Nairobi ambaye angemwongoza vyema namna ya kuishtaki kampuni.

"Kwa hatia gani?" aliuliza David.

"Ya kukuachisha kazi kwa makosa ya udanganyifu."

"Kwani nani aliyenidanganya?"

"Si huyo Martin na mwenzake?"

"Nani mwenzake ?"

"Si huyo Gilbert?"

David alimjibu akicheka. "Ati Gilbert! Gilbert ni Mhasibu Mkuu mwenye mshahara wa milioni kila mwaka! Aibe vijipesa hivi! Unanichekesha, Janet."

"Basi cheka. Tena cheka vyema, kwa sababu wenzako wamekuchimbia shimo na wewe unawasaidia!" Janet alisema kwa hasira. "Lazima tuwashtaki!" alisisitiza, huku akipaaza sauti akionesha kuwa hataki baba yake alipuuze wazo lake.

"Siwezi kuwashtaki."

"Huwezi au hutaki?"

"Siwezi."

"Kwa nini?"

Swali hilo lilimpata David kama dhoruba, ikamlazimu David aeleze nususi ya mambo, aifichue siri aliyotaka kuificha. Alielezea sharti alilolikubali ili asipandishwe mahakamani na kampuni kwa hatia ya wizi. Alipewa waraka wa sharti hilo alipokutana na Mkurugenzi Mkuu. Ilimtaka asilizungumze wala asilijadili jambo hilo na mtu yeyote wala asichukue hatua yoyote kisheria dhidi ya kampuni kuhusu kuachishwa kazi. Utaratibu huo baina ya kampuni na mfanyakazi unaitwa katika Kiingereza *'Non-Disclosure Agreement'*; nayo iliandikwa hivyo kama kichwa cha waraka. Naye David akatia saini kuwa amekiri sharti lililoandikwa humo.

"Wewe unapenda kutia saini!" alisema Janet kwa kejeli.

Lakini si kejeli asemayo mtu kwa kicheko. Kinyume cha hiyo, Janet alitoa kauli hii kwa hasira kali ambayo polepole iligeuka kuwa ghadhabu za akili na moyo. Ingawa hakumwambia hivyo, Janet alimwona baba yake kama mtu mpumbavu aliyewaachia watu wamfunge mikono, miguu, macho na mdomo! Amefanywa bubu! Uso wa Janet ulionesha ghadhabu zilizomjaa. Aliinuka akamuaga mama yake, akatoka bila ya kumwambia David lolote. Na tokea siku hiyo hadi sasa hakuzungumza na baba yake.

***

Baada ya kukaa na David kunywa kahawa kiasi cha mara nne au tano hivi, nikaanza kufahamu tabia na fikira zake. Ni mtu mzuri. Lakini bado nilikuwa na swali moja: kwa nini akaamua kushika kazi ya mfagiaji? Si angeingia kazini kwingine tu?

"Sataranji," akajibu. "Unajua kucheza sataranji?"

"Ni aina ya ngoma?" Niliuliza.

Alicheka.

"Hapana. Ni mchezo wa chesi. *Chess*. Sijui neno 'sataranji' limetoka wapi! Ukitaka kushinda katika mchezo wa *chess*, usijipeleke mbele tu kila wakati! Ujue pia namna ya kurudi nyuma ili baadaye uende mbele." Alisema kazi ya kufagia uwanja inampa muda sasa wa kufikiria hatua za mbele. Pia alipenda kwa muda huo awe na kazi inayomshughulisha kimwili, ya kumpeleka huku na huku.

Niliridhia wazo la Florence, mke wangu, kwamba tumwalike David na mke wake waje kula nasi chakula cha jioni. Naye David aliupokea mwaliko kwa furaha.

Ilikuwa siku ya Jumamosi jioni David na Agnes walipokuja kwetu. Walituletea maua na kiboksi cha chakleti. Nilifurahi sana kuwaona Florence na Agnes wakizungumza kana kwamba walikuwa marafiki wa miaka!

Wake zetu walipokuwa jikoni wakisaidiana kuandaa chakula, David aliegema sikioni pangu na kunong'ona: "Nimegundua njia ya kuishtaki kampuni. Nafikiri sitabanwa na hiyo *Non-Disclosure Agreement*".

Nilifurahi kusikia hivyo.

"Utamwambia Janet, binti yako?"

"Naam. Nitampigia simu kesho."

Alitaka kunieleza zaidi lakini Florence na Agnes wakaingia ukumbini huku wamebeba sinia na sahani za vyakula. Tukala kwa furaha na vicheko. Mchuzi wa kuku alioupika Florence ulikuwa una ladha iliyotuteka sote.

Tulikuwa sasa tumekaa tunakula aisikrimu pale Florence alipopokea simu kutoka kwa John. Yeye na mchumba wake walikuwa njiani wakija kutuona. Nilifurahi kwa sababu wiki nzima sikuwa nimepata kumwona John. Ndivyo maisha ya sasa yalivyo! Mtu na kazi, na kazi na mtu. Nilitaka David akutane na John na mchumba wake ambaye pia nilimsifu kwa wageni wetu.

Walipoingia, nilimkumbatia John nikageuka kumjulisha David. Uso wa David ulikuwa umepigwa bumbuazi, akimtazama mchumba wa John. Walitazamana kwa sekunde chache wasiamini kilichokuwa kinaendelea. Mchumba wa John alitabasamu.

"Baba, hujambo?" alimwamkia David.

"Sijambo, Janet," Alimkumbatia binti yake.

Nilipomtazama Agnes, niliona machozi yakimlengalenga.

Maswali

1. Je, kichwa 'Ukweli wa Mfagiaji' kinaafiki hadithi hii?
2. Mwanamke amepewa nafasi gani katika hadithi?
3. Jadili mbinu ya taharuki inavyoiendeleza hadithi.
4. 'Ushikwapo shikamana.' Jadili ufaafu wa methali hii kulingana na hadithi.
5. Jadili sifa kumi za msimulizi wa hadithi hii.

Mohamed Khelef Ghassany

Mohamed Khelef Ghassany ni mzawa wa Zanzibar ambaye kwa sasa ni mwanahabari katika Idhaa ya Kiswahili ya Sauti ya Ujerumani mjini Bonn. Amewahi kuchangia hadithi fupi kwenye diwani ***Damu Nyeusi na Hadithi Nyingine*** (Ken Walibora na Said A. Mohamed - wahariri) na diwani ***Maskini Milionea na Hadithi Nyingine*** (Ken Walibora - Mhariri). Aidha amechangia mashairi katika diwani ya mashairi ya *Waja Leo* (Ken Walibora - mhariri).

Mwanzo wa Mwisho

Msichana mwenyewe aliitwa Tiba. Akifanya kazi za upokezi pale hotelini nilipokuwa nimeajiriwa. Yeye alinitangulia. Kwa hivyo, nilipofika hapo *nilimkuta tayari mkuukuu*. Lakini tangu ile siku yangu ya mwanzo, nilikuwa nimeanza kumhisi kuwa alikuwa na kitu kisicho cha kawaida kwangu. Kwa mfano, mara baada ya kukaguzwa na kukabidhiwa dhamana zangu, Tiba alikuwa mfanyakazi wa mwanzo kuingia ofisini kwangu na kunisalimia kwa namna yake.

"Habari gani bosi?" Alinijulia hali mara tu nilipompa ruhusa ya kuingia ofisini. Macho yake yalikuwa yakielea kwenye ute kama lulu ndani ya *chaza*.

"Ni nzuri bibiye hali yangu, lakini nafurahi zaidi kuitwa Hamidu." nilimjibu na kumsahihisha.

Kwa hakika sikufurahishwa sana na kilemba hicho cha ukoka. Nilijua kuwa kuipata kwangu kazi na nafasi ile niliyokuwa nayo, kulitokana na kile kijielimu changu cha madarasa kumi na manne na shahada ya lugha niliyokuwa nayo. Kwa hivyo, sikufarajika kamwe kuitwa bosi – na tokea hapo sijawa.

"Samahani Hamidu, mie naitwa Tiba. Ni mfanyakazi wako. Nipo hapo chini. Hapo mapokezi. Tafadhali karibu sana. Tena sana. Tunatarajia mashirikiano makubwa kutoka kwako. Hasa mimi binafsi."

Yalikuwa maneno yaliyosemwa kwa mkupuo mmoja. Sikupewa nafasi ya kuyaingilia kati hata pale nilipoonesha dalili ya kutaka kufanya hivyo.

Kwa wakati huo, nilidhani kuwa Tiba angekuwa amefunzwa maneno yale huko Chuo cha Utalii alikosomea au vinginevyo, angekuwa ameyatayarisha mwenyewe kwa kipindi kirefu na kuyadurusu vya kutosha. Kwa kudhani hivyo, nilikuwa nimekosea, kwani nilikuja kujua baadaye Tiba alikuwa mtamu mno wa maneno.

"Shukrani Bi Tiba," nilitaka kumshukuru zaidi, lakini akanikatisha.

"Hiyana hiyo Hamidu. Kwa nini huniiti Tiba tu. Hiyo bibi ya nini?"

"Ahsante Tiba. Nashukuru sana kwa makaribisho yako. Umekuwa karimu sana kwangu. Hata hivyo, ya nini kujiona mfanyakazi kwangu mimi? Sote tu wafanyakazi wa kawaida tu. Kusema kweli, mimi ndiye nitarajiaye kufaidika kwa mengi kutoka kwenu. Nyinyi ndinyi wakubwa wa kaya na viambo. Wasemaje?"

Basi kwa namna hiyo ndivyo uhusiano wangu na Tiba ulivyoanza. Tiba ambaye siku chache tu zilizofuatia hapo nilianza kumuona kuwa mbele ya jicho langu aliubeba ule uzuri wote niliomtarajia mwanamke mzuri aubebe. Mwili wake ulikuwa *tipwatipwa* kidogo. Miguu yake ilijaa vyema. Kifua chake kilikuwa kimechongeka. Nyuma alimiminika kwa namna ya mfinyango wa kipekee aliopewa na Muumba. Usoni? Usoni alipewa urembo wa macho makubwa yanayopendeza bila ya wanja. Chini ya macho, alipewa mashavu manene yenye ukadirio. Kichwani? Kichwani lilikuwa limeezekwa paa la nywele halisi za kiafrika nyeusi tititi. Hadi hapo Tiba alishapendeza mno kwangu. Sikwambii mengine.

Kiasi cha mwezi mmoja wa mwanzo, nilijaribu kuufumbia macho uzuri wa maungo ya Tiba, na kwa hivyo, kuzifanya tamani zisinitovushe adabu. Moyo wangu ambao mara nyingine uliyahama makao yake kila penye hadhira ya Tiba, niliushurutisha kupoa. Ukijumlisha jitihada hizo zangu kujifanya mtawa, na kwamba mimi ni miongoni mwa wale wavuvi ambao hawana ujuzi unaotosha katika kutega na kunanua, nilifanikiwa kujilinda, kujimudu na *kujitia pambani* katika siku za awali. Licha ya hayo, japo kwa *kujikaza kisabuni,* bado dhamira yangu ilijiseka mafichoni mwake.

Ndiyo, kulikuwa na kujikaza kisabuni, ila baadaye niliyeyuka kidogokidogo na baadaye kumalizika. Bila shaka palikuwa na sababu ya jambo hilo. Nilijitahidi kufumba macho na kuukaza moyo wangu, nayo kauli na matendo ya Tiba yakijikita kuyafumbua macho na *kuukazua* moyo huo. Adha ya kuutamani mwezi ulio angani ikawa yangu. Niliupenda mwezi kwa lile umbile lake na rangi yake imeremetayo. Nikauhusudu kwa nuru yake na kwa upole wake. Kuchwa nilitarajia uangukie viganjani pangu niushike na niushikeshike. Nifaidi uzuri nilioufikiria kuwa alikuwa nao. Lakini wapi!

Basi, ilikuwa dhiki juu ya dhiki nafsini mwangu. Kutokuwepo kwa Tiba kukawa mateso kwangu. Kuwepo kwake kukawa fadhaa tupu. Nilitaka angalau awepo tu pale mbele ya macho yangu. Niyaone yale macho yake yaliyorishai ute. Niyeyukie njozini hatimaye. Angalau atembee tu pale mbele yangu. Atingishike nione tetemeko na mnepo wa maungo yake. Hivi ndivyo alivyotafsirika Tiba kwangu. Tafsiri iliyonipeleka hadi nikaanza kujifikiri kwamba katu nisingeweza tena kumkosa. Lazima nikiri kwamba nilikwisha kuangama – hoi-bin-taabani

Lakini kama nilivyokwishasema, ubavu wangu wa kuogelea katika bahari kuu hii ulikuwa dhaifu mno, na elimu yangu ilikuwa haba katika fani hii. Badala yake niliongozwa na ulimbukeni na hamasa zangu kuliko dhati ya kitu chenyewe. Si unajua dunia nzima ya mwanamke kwangu ilimaanisha Habiba tu, mchumba wangu?

Habiba? Ndiye Habiba. Sitaki nisimulie sana kuhusu mwanamke huyu lakini ukweli usemwe kwamba wakati huo roho ilikuwa ikinirapa kwa kumtaka Tiba, ijapokuwa mwanamume miye nilikuwa tayari mchumba wa mtu. Uchumba wa kikwetu, hata hivyo, ulikuwa na ada na *vitiba* vyake. Wachumba hawakuwa na haki yoyote ya kuishi kama mke na mume. Nilimpenda Habiba naye alinipenda. Kwa hivyo, nikatuma washenga kwao kwenda kuposewa. Posa zikakubaliwa haraka, lakini harusi ikapasa kusubiri. Wakati harusi ikisubiri, nami nikapata nafasi ya kuja masomoni na baadaye nikapata kazi hukuhuku. Matarajio yangu hadi hapo, yalikuwa ni kuchuma kidogo na kujitayarisha kwa harusi yangu.

Basi, hadi wakati huo ile dhana ya kila mchele kwa mapishi yake kwangu haikuwa na maana sana. Hata hivyo, michele mingine sikuwa nikiijua. Lazima niukiri udhaifu huu. Mara kadhaa nilijitutumua kumkabili Tiba kwa luteka ileile niliyowahi kumkabili nayo Habiba. Lakini kila nilipofikiri matokeo ya mwanzo niliyoyapata huko, nilirudisha silaha kambini kupanga upya ramani ya shambulizi langu. Kwa hivyo, nilikuwa mhitaji niliyetatizika baina ya umuhimu wa haja yenyewe na njia ya kuipata. Nilimithilika na mvuvi mwanagenzi aliyepigwa na dhoruba ya Kusi, na ambaye ingawa juu palikuwa karibu, bado ilimuwia vigumu *kutweka*.

"Vipi Hamidu, mbona mkiwa, mnyonge?" Siku moja Tiba aliniuliza baada ya kuingia ofisini kwangu na kunikuta nimeinamia karatasi, kalamu mkononi, lakini sina nilichokuwa nikiandika. Nilikuwa nimefadhaika tu. Akili si yangu. Yote ilikuwa kwake. Jamani, Tiba!

"Si kitu. Karibu tafadhali," nilimjibu.

Kwanza sikuwa nimemwangalia. Baadaye niliponyanyua macho yangu nilichokishuhudia kilinifanya niendelee kukikodolea macho kwa dakika nzima baadaye. Alikuwa yupo karibu yangu sana. Kiasi ya kuzifanya pumzi zake zitue juu ya paji langu. Mikono yake aliikunjua huku akiegemea meza. Vazi alilovaa lilikiruhusu kifua chake kiwe nusu wazi. Ulikuwa uchawi mtupu kwangu. Hee, hayo yalikuwa makubwa kwangu.

Aliponiangalia tena, nina hakika hakuwa mpumbavu wa kutoufahamu *mfadhaiko* wangu. Macho yetu yalipogongana, nilimeza mate ya uchu na uchungu kwa wakati mmoja. Nilijihisi fukara na dhalili mbele ya kuthubutu kwake namna ile. Nilikuwa windo na muhanga.

"Si kitu?" Aliniuliza. Sauti yake ilikuwa karibu. Nikaihisi ikipenya kwenye mishipa yangu ya damu.

Sijui niseme? Nilijiuliza. *Ndiyo, sema hivi sasa uachane na mateso yako. Sema kabla maji hayajazidi unga.* Nilishawishika.

"Si kitu, Tiba," baada ya yote, hivyo ndivyo ulimi wangu ulivyomudu kutamka.

"Kama si kitu, baadaye basi," niliagwa.

Tiba akaondoka kwa hatua zake za panga-pangua huku ile mikono yake ikibembea sawa na ule mtikisiko wa umbile lake bivu. Macho yangu hayakumbanduka hadi alipotoweka kabisa.

"Paah!" Kofi langu lilianguka kwa ghadhabu zote juu ya meza. Karatasi zikatawanyika ovyoovyo, a*lmanusura* kompyuta karibu ianguke. Sikujali. Nilikuwa na uchungu wangu. Uchungu wa kushindwa. Hivi hasa Hamidu miye nipewe nini tena? Yaani hata baada ya kujiwa namna ile? Na kudodeshwa swali kama lile? Na kutumbuizwa kwa sauti kama ile? Na kuhemkwa na mkao kama ule? Bado tu? Bado tu sikumudu kulisema nililolitaka nikapewa? Maskini, penye miti hapana wajenzi.

Siku zilizofuatia hapo zilikuwa siku zangu za mchanganyiko wa mateso ya nenda usiende. Ya sema usiseme. Ya shaka na hasama. Kwa upande mmoja nilijiona kuwa na kila sababu ya kumtaka na kumpata Tiba. Lakini kwa upande mwingine akili yangu ilikuwa ikinionya. Kwanza, nilipaswa kutambua kuwa si kila king'aacho ni dhahabu. Tiba ni mfanyakazi wa hoteli. Tena ya kitalii. Utalii wenyewe huu wa petu uliokosa adabu na heshima. Jumlisha hilo na mlolongo wa magonjwa ndani ya zama zetu hizi. Je, bado nilikuwa na moyo wa kumtamani? Nilijiaminishaje kumtaka mwanamke mwenye mavazi kama yale? Au mikogo kama ile? Au mbwembwe kama zile?

Pili, mimi tayari nilishakuwa mchumba wa watu. Mchumba wa mtu tuliyechaguana. Kwa kipindi sasa tulikuwa tumejifunga katika jela ya stahamala na subira isiyokuwa na kikomo. Mimi na yeye tulisubiri siku ya siku ifike. Tulikuwa tumeahidiana kuhifadhiana hazina zote za mahaba yetu kwa ajili ya kulisha hamu zetu pindi wakati ukifika. Sasa leo inakuwaje nianze kuzikata pingu hizi tulizofungana kwa hiari? Huu si ndio unafiki wenyewe? *Wewe Hamidu mate yako yameze*! Basi nikaukomesha tena moyo wangu na nikayaasa tena macho yangu.

Nilifanikiwa kubakia na msimamo huo kwa siku chache zilizofuatia. Licha ya kuwepo kwake daima mbele yangu, nilijaribu kumchukulia Tiba kuwa mtihani wangu niliolazimika kuufaulu. Nikajilazimisha kuamini kwamba Tiba hakuwa yeyote zaidi ya *mtarazaki* tu ambaye alitumia mbinu za uwezo wake aliojaaliwa kunitia mimi tunduni. Niliyatoa maanani yale matendo yake yote aliyokuwa akinifanyia na sikuona tafsiri ya kuyatafsiri zaidi ya ulaghai uliofunuliwa wazi. Na ikiwa nilivyogundua ilikuwa ndivyo, basi Tiba asingeambulia kitu kwangu. Hivyo ndivyo nilivyojipa moyo.

Lakini utashangaa kuwa msimamo wangu huo haukupata maisha marefu. Uliishi siku chache tu baada ya kuzaliwa kwake. Mwezi mmoja tu baadaye msimamo wangu ulikwishapotea kwa upepo kama moshi unaoyoyomea angani. Tiba akawa amerudi tena nafsini mwangu kushinda alivyokuwa kabla. Nikajilaumu kwa kumdhania mabaya mtoto wa watu. Nikajiona nikimhurumia

kama niliyemkosea. Nikajiona nastahili adhabu kwa kosa hilo. Nikajiona nikikesha kumwaza. Nikajiona *namsakamiza* moyoni mwangu wala sithubutu tena kumsakamua.

Sasa nisingeweza kujibereuza wala kujibabaisha tena. Tiba aliyekuwa kijiba cha roho nilimtaka ukomo wa kumtaka! Nilikuwa hivyo. Hamu yangu kwa Tiba sasa ilikuwa kubwa kuliko wakati wowote ule. Mambo yalikuwa yamevumbikwa na kuiva. Nilimhamu na kumhitaji si kidogo. Dakika hiyo hiyo. Ndivyo nilivyohisi.

Nilivyojihisi ni kuwa nisingeweza tena kuendelea na mengine ikiwa hili bado sijalifanikisha. Na sasa lazima nimkabili Tiba nimueleze. Ule wakati wa kulitumbua jipu, na kulikamua hadi moyo wake wa ndani utoke – na ndio huu sasa. Na kwani ni kazi ngumu? Si ni woga na kujishuku tu? Tiba mwenyewe keshamaliza kunionesha darizeni za dalili. Kazi yangu sasa ni rahisi kama kumsukuma mlevi kwa kidole! Neno moja tu latosha kumtia Tiba shemere nikamuongoza nilikotaka.

Basi ikatokea hiyo siku ambayo niliisubiri kwa *nadhiri*. Ilipotokea, nilikuwa tayari kuishabikia. Mchana wa siku hiyo, nilikuwa nimepokea barua ndefu kutoka kwa Habiba. Ilikuwa tamu barua hiyo ya mapenzi. Ilinisisimua mwili mzima na kunirudishia uhai wa pendo lake moyoni mwangu. Kupitia kalamu na karatasi yake, Habiba aliniambia hivi …

> *Ewe Pendo. Ewe Dawa. Naumwa nikiugua. Kisa ni kina kirefu nilichozama ndani ya pendo lako. Naapa kuwa siyajutii wala siyalalamikii maradhi haya, maana nina hakika nimependa mtu ndiye.*
>
> *Lini utayavuka maji mpenzi, uje walau kuniona? Maradhi niuguayo, chanzo na ponyo lake ni wewe. Natamani ile siku ya siku ifike, kudura itugandishe pamoja daima. Nakupenda kwa kuwa …*

Hata kabla, sijamaliza kuisoma, Tiba aliingia kwa ghafla ofisini mwangu. Nilishtuka kidogo na ile barua nikaibwagia faili. Sijui kilichonipa mchecheto ule. Labda nilikuwa nimeanza kumhesabu sana Tiba kabla ya Habiba na hivyo nilihofu kufumaniwa naye. Wazo hilo lilinikera kidogo.

Tulipomaliza kubadilishana salamu alikaa juu ya meza kinidhamu na kiada. Tiba hakustahili kukaa hapo. Ofisi yangu ilijaa fanicha ambazo zisingeshindwa kulibeba umbo lake tepetevu. Mlikuwa na seti kamili ya sofa la heba, ukiachilia mbali viti ambavyo vilishirikiana kuizonga meza yangu kwa mzunguko. Lakini uchokozi wa Tiba ulikuwa wa makusudi. Hilo nalo lilinikera.

"Haya lete mapya bibiye. Mbona *ghafla-bin-vuu*. Na bahasha mkononi, kulikoni?" Hatimaye nilimuuliza.

"Kadi yako," alinikabidhi ile bahasha kubwa ya rangi ya waridi. Ndani yake mlikuwa na kadi iliyonialika kuhudhuria hafla usiku wa siku ile nyumbani kwa

Tufa, shoga yake Tiba na aliyewahi kuwa mwanafunzi mwenzangu chuoni.

"Mbona imefika leo, tena muda huu?" Nilijidai kuhoji.

"Unajua, nimepewa tokea jana, lakini niliisahau nyumbani." Alinijibu kisha akanitaka radhi.

"Hakuna ta'bu. Bora imefika tu."

"Sasa?" Aliniuliza.

"Iko wapi ya kwako?" Nilijijasirisha kumuuliza.

"Ninayo. Kwa hivyo?"

"Tutakwenda."

Tuliahidiana kukutana Jamhuri Park. Tulikutana saa mbili usiku kwenda mwalikoni. Na ndivyo tulivyofanya.

Shughuli yenyewe ilifana sana. Waalikwa hatukuwa wengi, lakini sote tuliridhishwa na matayarisho ya mwenyeji wetu. Tulikula, tukanywa, tukafurahi. Kila ulipopigwa muziki laini, Tiba alinishika mkono na kuniongoza kwenye ukumbi tukacheze. Tiba alikuwa mchezaji mzuri wa ngoma hizo laini – ngoma za Kizungu, wenyewe tukiziita. Aliizungusha mikono yake mabegani pangu, na yangu nikaizungusha kiunoni pake. Tukawa tunaburudika katika raha za vinanda na maneno ya kushawishi – mithili ya mipopoo kwenye upepo mwembamba.

Shughuli ilipomalizika, wageni tukaagana na wenyeji wetu na kuondoka. Baina ya hapo na kwao Tiba, palikuwa na njia nyingi za kupita. Lakini kwa makusudi yangu binafsi kabisa, niliamua kuielekeza skuta yangu kupitia ile njia iliyokatia mtaani kwangu. Licha ya kuwa saa zilikwishakuwa mbovu wakati ule, Tiba hakupinga wala sikumhisi kuwa na dalili yoyote ya kuchukia.

"Unataka nikaione nyumba yako sio?" Badala yake aliniuliza huku akicheka *kicheko cha aloalo* kwa sauti ya chini. *Unaona mambo yalivyo rahisi hivi!* Nilijionesha nuru ya matumaini.

"Ni kiasi cha kupafahamu tu hapo ninapojibanza. Si wajua mchana mzima tupo kazini, na baadhi ya siku hadi usiku. Basi naona bora tuitumie nafasi hii ndogo iliyopatikana ukakione hicho kipenu changu ili siku nitakapoanguka, ujue pa kuja kutuma rambirambi."

"Mmh! Nwe, huachi tu kuviponda vyako. Kila chako kibaya kuliko cha mwenzako."

Niliyachukulia maneno hayo kuwa ni kijembe. Labda kila mwanadamu ndivyo alivyo: kudharau chake kwa kupenda cha mwenzake.

"Si utashuhudia mwenyewe. Unadhani ni nyumba kitu? Kivuru tu cha mchafukoge ...," niliendelea kuponda.

"Naipenda staili yako ya kuelezea mambo." Alikatiza kunisifu.

"Kivipi?" Nilimuuliza.

"Ukiamua kusifu, unavisifu hata visivyosifika na vikapata sifa. Ukitaka kuviaibisha, unaviaibisha hata visivyoaibishika na vikapata aibu."

Ufundi wa Tiba nikaendelea kuuona katika jibu hili. Kwa mara nyingine tena, nilijiona kuishiwa mbele ya hadhira ya Tiba. Nilijihisi kumhusudu mno.

"Nami pia napenda unavyozungumza. Unazungumza kwa vina na mizani kama malenga wa Pwani." Nikamrudishia sifa zake nikitarajia kuwa nami pia nilisema kweli.

Sote tulicheka kicheko cha urafiki na kufahamiana. Akanipiga kigumi *kiviya* mgongoni pangu. Halafu mkono wake ukabakia pale kwa kitambo. Sijui ni kipi kilichotufanya tucheke sawia. Pengine tulikuwa tunajipongeza kwa yale maswali na majibu yetu ya usuhuba, au pengine kama nilivyofasiri mimi wakati huo, mambo yalikuwa yakijiweka yenyewe katika zoni zangu.

Punde tulikuwa tumefika nyumbani. Ilikuwa nyumba iliyojengwa kizamani. Vyumba vitatu, ukumbi na maboma ya kuunganishwa. Ni nyumba iliyokodishwa kwenye hoteli yetu kwa ajili ya makazi ya wafanyakazi watokao mbali na hapa. Mimi nilikuwa wa aina hiyo.

Tumbuu ya mlango ilipokuwa ikiitikia mwito wa ufunguo, nilihisi mikono ikitetemeka. Wakati huo ilikaribia saa tano na robo usiku. *Mtume! Mtoto wa watu na usiku wote huu.* Nilijitisha. Moyo nao ulikuwa ukinidunda kwa papara na fujo – ishara ya kushindwa. Nilihofu.

Hatimaye tulikuwa tumo ndani. Ndani peke yetu. Sisi wawili tu. Nilizidi kujitisha na kutamani. Huko nje nako manyunyu ya mvua yalianza *kulisialisia* paa la nyumba yetu. Mapazia madirishani yalipepea na kutua taratibu kwa kile kipepo laini cha kipupwe. Mazingira yaliyobaki yalijichora yenyewe.

Kwa kitambo Tiba alisimama tu pale katikati ya ukumbi, akiyadurusu mandhari. *Kila kitu kipo pahala pake*: nilimhisi akisema hivyo.

"Mbona hukai, Tiba?" Nilimuuliza. Naye bila ya kunijibu alijipweteka juu ya kochi lililoelekea televisheni. Namna alivyojiweka pale sofani ilikuwa ni hatua nyingine ya kunipeleka puta. Alivutavuta, akajibwagabwaga husemi msafiri aliyekwisha choshwa na urefu wa safari yake.

"Najua chai ingefaa zaidi kwa taratibu za kikwetu na kwa mazingira haya. Lakini kuitayarisha kutachukua muda na usiku unakwenda. Utakunywa soda badala yake?"

Hakujibu, lakini aliitikia kwa kubetua kichwa, akimaanisha ndiyo.

"Soda gani?" Nilimuuliza tena huku kichwa changu kikichungulia ndani ya friji.

"*Fanta* kama imo," Tiba alitoa tamko la mwanzo tokea aingie humu nyumbani mwangu. Ingawa yalikuwa maneno machache, sauti yake niliichukulia kuwa muziki mtamu masikioni mwangu. *Fanta* ilikuwemo.

Nilimfungulia *Fanta* yake, kisha nikasimama kwa muda kuwaza na kuwazua. Sasa ulikuwa ndio ule wakati wenyewe wa kukianza na kukimalizia kile nilichokwisha kukitayarisha na kukifanyia mazoezi ya kutosha kwa siku nyingi. Akili yangu bado ilikuwa inapiga kengele za tahadhari, bali miguu nayo ikawa tayari imeshanibeba na kunisogeza sofa moja na Tiba. Tiba mwenyewe alitulia tuli, hakuonesha kutaharuki wala kushangazwa na chochote. Nilijiuliza ikiwa kila kilichotokea pale Tiba alikuwa amekitarajia, na kwa mara nyingine tena wazo la kutokufanikiwa nikalifukuza kwa ukemeo mkali. Heri litokomee!

"Tiba," nilimwita kwa sauti kongwe iliyokwishakonga kwa mawazo ya siku nyingi, kwa stahamala na kwa kutaraji. Naye aliniitikia huku akiniangalia. Tazama yake ilikuwa baridi kama lile *zeme* la kipupwe, lakini macho yake bado yalibeba ule ulegevu na ulaini wa kike. Bado alinitamanisha.

"Bado unaikumbuka bado ile siku uliyonikuta ofisini mwangu nimejiinamia?" Niliamua kuanza na historia. Nilipokuwa chuoni, nakumbuka mwalimu wangu wa falsafa alipata kutuambia kuwa historia ni hatua ya mwanzo ya kuelewa maana, dhati na lengo la kitu, kwani kujua uendako ni kwa kujua utokako. Nilimuamini.

Palikuwa na mkururo wa siku za namna hiyo, lakini binafsi niliilenga hiyo ya karibuni zaidi. Na baada ya kuifafanua, Tiba aliikumbuka. Nilikwishashinda katika hatua ya mwanzo. Sasa hatua ya pili: hatua ya pili kwa maana ya kuihusisha na hali halisi ilivyo.

"Lakini na wewe unakumbuka Hamidu?" aliniuliza.

"Kipi?"

"Kwamba nilipokuuliza, ulisema huna kitu?"

"Ulidhani ilikuwa kweli?"

"Kawaida mimi nakuamini, na kwa hivyo, nilidhani unasema kweli. Hukunidanganya, au vipi?" Kilikuwa kijembe kingine.

"Nafikiri kukudanganya kuna maana nyepesi na nzuri zaidi ...", nilikusudia kukikwepa kijembe chake.

"Kuliko?" Alinidakiza.

"Kusema uongo!"

"Kwa hivyo?" Alinitaka niendelee. Wakati huo sauti yake ilikwishakuwa na mazoea. Tulikuwa kama kwamba tunaongelea jambo moja tamutamu hivi, au zurizuri kidogo, kiasi ya kwamba tulizungushana huku na kule kusudi lisishe tuzidi *kustaladhi*.

"Kwa hivyo, nilikudanganya tu lakini sikukwambia uongo."

"Sasa?" Aliniuliza akiwa katikati ya bashasha. Nilikwishajua kuwa ndani ya nafsi yake alikwishanijua lakini alinitafuta undani tu. Nami ndiyo hasa niliyokusudia kumfunulia.

"Ningekuomba nikufunulie ukweli huu," nilimuomba kwa kulaza shingo.

"Funua Hamidu, uwanja ni wako, nyumbani pako." aliniruhusu.

"Ahsante." Nilimeza funda moja la soda, halafu nikakohoa kidogo ili kuondoa kitetemeshi, tena nikaendelea. "Unajua Tiba, naogopa kuwa nitaendelea kuzidi kuteseka ikiwa sitokueleza ukweli kuwa nina pendo zito ..."

Kwani niliachwa nimalize? Tiba alikuwa yupo tayari kunikatisha.

"Pendo hilo zito kwa nani, bwana wewe?" Na hiyo haikuwa ile sauti yake laini ialikayo. Ilikuwa sauti iliyojaa kedi na bezo na kwa kiasi fulani ilinuka kisirani.

Mungu wangu, hiki ni kitu cha mwisho nilichokitarajia. Swali gani hili? Basi nikajihisi ulimi unakaukiwa na mate. Nikaanza kupwaya ndani ya nguo nilizozivaa. Nilikaza tai yangu vizuri, kisha nikasafisha tena koo kidogo, kabla ya jibu.

"Kwako Tiba."

Ole wao! Nilikuwa nimefungua *ghala ya karakacha*. Kumjibu hivyo tu, Tiba aliangusha kicheko kikubwa hadi akashikilia mbavu kwa maumivu. Nilijihisi ovyo mbele yake. Baada ya kicheko chake kuisha, aliniuliza huku akionesha uchache wa jaha.

"Sasa?" Alikuwa akinitazama moja kwa moja – macho yake juu ya kipaji changu, lakini yangu nikiyabwaga chini kwa aibu na *soni*. Sikujua niseme nini licha ya kuwa maneno yalijazana mdomoni. Ghafla ile moja nilijiona mgeni mbele ya Tiba. Nilimuona amebadilika vikubwa kabisa. Huyu hakuwa yule Tiba niliyedhani kumjua. Huyu alikuwa mwanamke mwingine.

Hata hivyo, Hamidu nilipaswa kujikaza kiume. *Si nimeshamla pweza mzima?* Niliazimia.

"Ulipokee Tiba, pendo hili. Ndivyo ninavyotaka kutarajia," nilimjibu kwa kulalamika, nusura nianze kulia. Hakika nilishapoteza kujiamini.

"Sikiliza Hamidu," Tiba akapiga hatua nne na kusimama mbele ya dirisha, huku akinipa mgongo. "Bahati mbaya, pendo lako limeangukia sipo." Aliendelea kistaarabu, "Mimi sifai kuwa mpokezi wako, kwa sababu tayari ni mlezi wa pendo la mtu mwingine. Sina ubavu wa kuchanganya mambo."

Alipofika hapo, tayari nilikuwa nimepoteza uwezo wa kupambanua mambo hata kama bado masikio yalisikia kila lililosemwa.

"Unajua Hamidu, mimi pia nisingependa mpenzi wangu anichanganyie habari au anidhulumu pendo langu. Kwa nini tusiwe marafiki wa kawaida tu?"

Ati nini? Kuchanganya? Mpenzi wake? Kudhulumu? Kila kitu hakifahamiki. Tiba alipogeuka, alinikuta nimejipweteka juu ya sofa. Moyo wangu uliruka na kutua kama ulitaka kung'oka. Macho yalinitoka pima kama niliyezukiwa na Ziraili mtoa roho. Kwa kweli nilikuwa nimepoteza nguvu ya kuuhimili mwili wangu mwenyewe.

Ghafla nilianguka. Kilichotokea baina ya hapo na asubuhi yake sikukijua, lakini siku ya pili nilikuwa miongoni mwa wagonjwa waliokuwa wakitembelewa na jamaa zao kwenye wodi ya wagonjwa wa dharura.

Maswali

1. Anwani *Mwanzo wa Mwisho* inafaaje kwenye hadithi hii?
2. Eleza kiini cha mzozo wa hadithi hii.
3. Eleza sifa za wahusika hawa:
    a) Hamidu b) Tiba
4. Eleza jinsi maudhui ya mapenzi yalivyoshughulikiwa katika hadithi hii.
5. "Kwa hivyo, nilikudanganya tu lakini sikukwambia uongo."
    a) Eleza muktadha wa dondoo hili.
    b) Taja na ufafanue mbinu ya lugha iliyotumiwa kwenye dondoo hili.
    c) Taja na ueleze mbinu nyingine tatu zilizotumiwa kufanikisha hadithi hii.

Ken Walibora

Ken Walibora ni mwandishi na msomi maarufu wa Kiswahili. Aidha ana uzoefu mkubwa wa utangazaji wa redio na runinga. Kwa sasa yeye ni meneja anayehusika na ubora wa lugha ya Kiswahili katika Nation Media Group, kampuni kubwa zaidi ya habari eneo la Afrika Mashariki na Kati. Ameandika vitabu vingi sana vya kibunifu ikiwa ni pamoja na ***Siku Njema, Ndoto ya Almasi, Kufa Kuzikana, Kidagaa Kimemwozea*** na ***Mbaya Wetu.*** Aidha ameharirí diwani ya hadithi fupi ya ***Maskini Milionea na Hadithi Nyingine,*** na akishirikiana na Said A. Mohamed ***Damu Nyeusi na Hadithi Nyingine.***

Tupo Wangapi

Kadogoo *kachachamaa.* Haambiliki hasemezeki. Kakataa katakata wito wa mumewe wa kusubiri aondoke kesho kukiwa nje kweupe. Sharti aende sasa safari hii ya dharura hata kama magharibi imeingia na jua kuelekea kuchwa. Anasisitiza kaitwa kwao kunako maafa ya maradhi. Mambo kama hayo hayataki kusubiri.

Kama ilivyo ada yake, Kauli hataki kumtilia yeyote mguu wa kausha seuze mkewe. Mke ambaye yeye Kauli ampenda pindukio la kumpenda. Anajaribu tu kumpa rai inayowafiki hali ili ayaone yeye mkewe mambo kwa *urazini.* Maskini mkewe atapanda basi la abiria wakati huu ambapo jua limefumba macho na kulala ili lipishane zamu na watu wabaya, wabaya mno, wanaokesha usiku kucha kubughudhi na kuwadhuru waja wenzao. Atashuka kwao kijijini usiku wa manane, na moja kwa moja kujiingiza mikononi mwa maluuni wale. Isitoshe, abiria wengine wa safari za usiku si abiria, ni watekajinyara. Wanajipa uungwana wa kutaka kusafiri kama wengine. Lakini wakifika njiani wanageuka nunda wala watu. Huchomoa bastola na sime zao na kumvamia dereva, utingo na abiria. Lakini Kadogoo hasikii la mwadhini wala la mtekamaji msikitini.

"Hutaki nende nikawasaidie watu wangu bwana wewe. Mdogo wangu atajifia vivi hivi nikiwa nimeganda hapa, sibanduki kamwe kusikiliza pembeja pembeja na porojo zako. Hujui damu nzito kuliko maji?"

Basi hao wawili njiani wanaenda wakiziambua nyayo, mguu tia mguu toa. Wanatembea pembezoni mwa barabara kutoka mtaa wanamoishi katikati ya mji kuelekea kwenye kituo cha mabasi. Wamo katika msukosuko wa pale mjini, honi za pikipiki na magari, kengele za baiskeli, kelele za utingo wa matatu na wachuuzi mtindo mmoja. Lakini kati yao wawili kimechipuza kiambaza kizito cha ukuta wa chuma cha pua. Hakuna sasa anayetaka kuzungumza. Mara mojamoja Kauli anasema na kurudiarudia, "Jamani turudi nyumbani uondoke kesho." Jibu alilolipata ni sukutu. Mwenzake hasemi kitu utadhani kashonwa mdomo.

Mwenyewe, Kadogoo, ndiye ajuaye yapitayo moyoni mwake. Una nini wewe mwanamume? Anajiambia ndani kwa ndani. Mume mwenyewe habebeki kama mzigo mzito. Hazimtoshi. Ati mume! Labda *gumegume.* Hili la kumwona mumewe kama gumegume, halikuanza leo. Tangu hapo macho yake yamefumba yasione ubora wowote wa mumewe. *Sikioni kile wanawake wengine wakionacho kwa bwana huyu. Hana haiba mwanamume mwenyewe. Macho anayarembua remburembu na kutembea kwa hakika na mikogo kama mtu anayeijua kesho itakuwaje. Ana nini lakini mwanamume huyu anayewaniwa na wanawake? Na ana mahawara wangapi? Kila nikimuuliza tupo wangapi? Hanipi jibu la kuridhisha. Anahaha tu kwa karaha.*

Wamefika kwenye kituo cha basi. Kadogoo anakuta foleni imepiga mapindi kama nyoka kuelekea kwenye ofisi ya tiketi ya usafiri wa kwenda shamba. Ingawa foleni ni ndefu lakini si ndefu ya kutisha. Kadogoo anataka asimame kwenye foleni, lakini Kauli anajitolea kusimama badala yake. Kadogoo anaketi kando kwenye viti vilivyoko hapo kwa ajili ya abiria wanaosubiri muda wao wa kuondoka. Punde si punde Kauli karejea kutoka kwenye kijidirisha cha ofisi alikolipa nauli na kukabidhiwa tiketi ya usafiri. Kachukiwa kidogo Kauli kwani karani mmoja alimwayamwaya dharau na kwa *ndaro* zake hakumjali wala kumbali yeyote.

Alikwenda kitini alipojiweka mkewe akamkabidhi tiketi na kuongezea masrufu kidogo juu. Punde baadaye waliondoka pamoja kwenye ofisi na kuelekea kulikokuwa basi. Basi limesimama kwenye kituo. Zogo na zahama za wachuuzi, *wanaoyapigia chapuo* mabasi na magari ya abiria mtindo mmoja.

"Wasalimie nyumbani."

"Sawa."

"Mungu ajaalie safari itengenee?"

"Amina."

"Na wagonjwa wapate shufaa."

"Nani mgonjwa?"

"Hukuniambia."

"Wallahi nilikuambia ila kama siku zote masikio umeyatia pamba."

"Ulisema nani mgonjwa?"

"Kwani wewe ulisikiaje?"

"Basi yeshe."

"Hapana, wataka wewe kuambiwa yale mambo uliyokwishaambiwa. Wapenda kunikera roho tu kuniondolea raha siku zote."

"Alaa! Haya!"

"Si nilikwambia mdogo wangu anaumwa?"

"Na afadhali afilie mbali huyu mpuzi mwingine kama wewe," Kauli alitaka kutoa tamko kali lililomjia akilini, lakini alifunga breki za ulimi wake.

"Mmmm!" Ndiyo iliyomtoka mdomoni.

Basi wakaagana, na kwa mara ya kwanza katika miaka kumi na mitano ya ndoa yao Kadogoo alimwaga mumewe kwenda safari ya mbali pasi na kumpiga pambaja. Ana nini mwanamke huyu? Au ni huku kuugua kwa mdogo wake? Lakini angaa angenikumbatia kama ilivyo kwetu ada tuaganapo. Leo kulikoni? Kazidiwa na mawazo, sio? Mawazo ya vile ambavyo anaweza kuondokewa na mdogo wake vivi hivi kama alivyosema mwenyewe. Wanawake jamani, nani anaweza kuwaelewa? Aaaa, lakini nani shida? Ni huyo mwanamke au wanawake? Au shida ni mimi mwanamume na wanaume wenzangu? Twashindwa kuwaelewa hawa wanadamu wenzetu wa jinsia tofauti. Twawaona kama swali tata la Hisabati lipatikanalo jawabu lake kwa taklifu. Kauli kasimama kituoni pale mpaka basi lilipoanza kuondoka. *Kapiga milundi* kurejea mtaani wanakokaa.

Nyumba yenyewe ya kupanga. Si kasri la walalahai wala kibanda cha walalahoi. Lakini nyumba ya aushi ya vyumba vitatu na kipaa kimoja, maji ya bomba, nguvu za umeme, na ndani mna hamamu na msala. Hayo ndiyo yale mambo ambayo yamelifanya jiji kumvutia yeye Kauli kutoka kwao shamba alikolelewa kwenye kiza cha kaniki, na maji ya visima yenye viini vya wadudu, na vyoo vya malindi, na mwangaza wa kibatari na vijinga vya kuni katikati ya mafiga matatu.

Watoto wao walikuwa kwenye shule za bweni. Wawili walikuwa katika shule ya msingi na mmoja, yule mwanambee, vidato vya chini vya shule ya upili. Na sasa maadamu mama watoto keshaondoka, Kauli yu peke yake, aweza kujitawanya atakavyo mle nyumbani. Leo inabidi atafute mwiko na sufuria na sahani huwekwa wapi. Si hivyo itambidi ajitafutie chakula mkahawani. Leo hana wa kusema naye. Au sahihi zaidi, hana wa kugombana naye na kununiana naye wala kunyamaziana naye. Leo amani itadumu katika kimya hiki cha kuwa peke yake. Ila huku ni kuwa pekee bila kuhisi upweke. Hapana, labda atatamani ujotoujoto wa mkewe usiku atakapokuwa amejinyoosha peke yake kitandani. Ataikosa misono ya mkewe na mihemo na mihemko yake.

"Haidhuru," anajiambia, "nikiweka mambo kwenye mizani naona faida ya kuondoka mke wangu. Lakini sijui kwa muda gani. Hata hivyo, naipiku hasara ya kuwepo kwake. Si kwamba sitaki. Si kwamba natamani niepukane naye, la! Mara nyingine lakini mtu anataka wasaa wa kujiwazia na kujivumbua mwenyewe peke yake bila kero na bughudha za mwenzake. Ni zaidi ya kusema kisebusebu na kijoyo kipo papo."

Kauli anaamua kwenda kwenye mkahawa kunywa kahawa chungu. Haya ni yake mazoea. Ataka anywe kahawa apate nishai yake kisha baadaye arejee nyumbani aingie jikoni aunguze vyanda kujipikia chajio ambacho kikiiva kisiive atakila vivyo hivyo potelea pote. Anapofika mkahawani anaagizia kahawa kwa mhudumu wa kike. *Toto la kishua* la miaka labda ishirini hivi. Limefungasha si haba. Limekula likashiba. Mbona moyo wake unatuta na kurindima toto lile linapomletea kikombe cha kahawa moto yenye mvuke unaofuka? Anajaribu kuipurukusha akili yake kwa kukikazia macho kikombe cha kahawa na kutazama jinsi mvuke unavyofuka na kusakata rumba kwa kujipindapinda hewani. Anauchanganua mkondo wa mawazo yake ili kuepusha kumpeleka pabaya.

"Nyakati kama hizi anapoondoka mke, mtu anaweza kuingiwa na mshawasha wa kuwa na jicho la nje," anajiambia ndani kwa ndani. "Wee! Hatari kabisa hii! Paka akiondoka panya hutawala, walisema waliosema. Je, nikifanya kitu sasa hivi, atajua mke wangu? Nani atamwambia? Labda wadaku na wambea wa hapa mtaani au hapa mjini. Sijui tumemwona Kauli na toto la kishua pindi ulipoondoka Kadogoo. Kama hujamuuliza mumeo mpo wangapi utajikuta unawayawaya huna ukiitacho chako, chako peke yako. Unachunga dema huku mtama waliwa. Naam, wajua wapo wanaojishengesha katika mambo ya watu watakaotaka kumshikia mchanga wa moto mke wangu ili tutete bure bilashi. Nitajilinda."

"Aende salama mke wangu arejee salama tuonane tena. Atanipata papa hapa. Ila nitakuwa kama saa iliyoongezwa majira; tayari kumpenda kwa mapenzi ya dhati na kuvumilia sononi zake zisizokwisha. Mbona walioniambia nikaoe hawakunibukulia siri kwamba ndoa ni mtihani wa kutafuta kisiwa cha sukari kwenye bahari ya chumvi na mara nyingi mtu huishia kuangukia pua? Mara nyingine kwa kweli mtu huzama zii asijue lililompata. Wenye moyo wa bua ndoa hawaiwezi kamwe."

Kauli anapofika kwake anakiona kwenye mwangaza hafifu wa taa za umeme uliofifia nguvu, kiwiliwili cha mtu mrefu mwembamba, kiwiliwili chenye kiuno cha nyigu. Umbo kama hili ni la mwanamke bila shaka, tena mzuri. Ndiyo maumbo yao hao. Anaduwaa. Mwanamke gani huyu anayeniotea mlangoni punde tu mke wangu anapopanda gari kwenda kwao? Ana malengo gani huyu? Hawa ndio wanaovunja nyumba za watu. Na kama kaniotea mara moja hivi alijuaje kwamba Kadogoo kaondoka? Mbona kuna kizungumkuti hapa? Yaani huyu mwanamke ni shogaye Kadogoo anayejaribu kumwendea kinyume au yeye na Kadogoo wamo katika mchezo fulani wa mwajificho wanaotaka kuniingiza miye pia? Wataka kunichezesha ngoma nisiyoijua mdundo wake na mwanzo na mwisho wake?

Kwa kitambo Kauli kasita kwenda. Ataka kubeta njia na kuelekea kwingineko yule anayemwotea achoke kusubiri aende zake. Lakini anajiambia kwani mtu mwenyewe nimkimbie pasi kumjua ni nani? Bora nimjue kwanza. Potelea pote nitaenda kumkabili mkabala. Anapiga hatua ndefu na za hakika – zile mkewe anazoziita hatua za hakika na mikogo – kuelekea kwake.

"Dada nikusaidie vipi?" Alimwambia mgeni yule asiyetarajiwa. Alishangaa alipojibiwa kwa kicheko kikubwa.

"Vipi Kauli?" alisema mgeni.

"Mbona unaogopa sana hivi?"

Kauli moyo unatua. Kumbe ni Seli, mdogo wangu. Kauli alibaki mdomo wazi. Seli anasomea chuo cha ualimu papo hapo mjini. Kwa kawaida, yeye huja

kumtembelea kakake bila habari wala daftari. Haamini mambo haya ya Kizungu ya kusema nipigie simu endapo waja kunizuru au niandikie barua au baruapepe au arafa. Udugu umeandikwa kwa damu, sio kwa ujumbe wa kusema, "Je, nije nikuone?" Ulioandikwa kwa wino kwenye barua au mawimbi ya baruapepe ama sauti ya simu.

"Kwema nyumbani Seli?" Kauli anauliza.

"Kwema. Hofu na mashaka ni kwenu tu."

"Sisi wazima."

Kauli anafungua mlango kwa kuchopeka kitasani ufunguo mmoja kwenye kicha cha funguo. Wanaingia ndani. Kauli anavua viatu vyake vyeusi na kuviacha karibu na mlango. Seli vivyo hivyo anavua viatu vyake vyeupe vya mchuchumio ambavyo ndiyo mwanzo vilimbuke kukanyaga sakafu ya nyumba ya kakake. Anaviacha kavipanga sambamba na vile vya kakake mwenyeji. Jozi zote za viatu zimesimama kwa mpangilio kama wa ndege zilizoegeshwa kwenye uwanja wa ndege.

"Wapi Kadogoo?"

"Kaondoka sasa hivi kuelekea kwao shamba. Ndio mwanzo natoka stendi kumsindikiza."

"Atarudi lini?"

"Sijui. Pindi amalizapo shughuli zilizompeleka."

Kauli alitaka kuongeza kwa kusema Kadogoo kwao sijui kuna mgonjwa au wagonjwa lakini akasita.

"Wifi naye jamani!"

"Wifio nini tena Seli? Huachi kumramba kisogo."

"Sasa kakuacha ili ujipikie uviunguze vyanda, siyo?"

"Hakuna ubaya mwanamume kupika na kujipikia, kupakua na kujipakulia."

"Lakini wewe kupika chakula kilike mbwa apige mswaki."

"Ndiyo maana Mungu kakuleta wewe."

"Nami nitakupikia leo tu, kesho narauka mapema kurejea chuoni maana mitihani inakaribia."

Naona wapenda sana kumtetea mkeo licha ya taksiri zake foko. Kumbe akipenda chongo huita kengeza. Omba dua agotoe shughuli mapema aje akunusuru huyo laazizi wako."

"Au nimpate mke mbadala ajapo mke wangu atahamaki kapata mkemwenza," Kauli asema kwa mzaha.

"Huko ndiko kujigeuza chachandu kujipalia makaa," anajibu Seli na wote wawili wanaangua kicheko cha ajabu.

Katika kuporoja na kuchekacheka Seli anapika mshumbi wa wali. Wanaula kwa pweza. Itifaki njema baina ya ndugu hawa, Kauli na mdogo wake. Watasema hawa mpaka usiku wa manane. Seli kasahau kwamba kesho ana mtihani chuoni. Lakini sasa ni saa nne na robo. Seli anaingia msalani. Kisha Kauli anasikia mlango wabishwa. Lo! Nani huyo tena usiku huu? Anaelekea mlangoni. Ananyamaza kusikiliza mlango ukibishwa tena. Kisha anasikia kama ufunguo umeingia tunduni na mtu anafungua mlango. Ghafla bin vuu, waa mlango upo wazi na anajitosa ndani Kadogoo anahema na kuhemka, zimempanda za kwao. Anatazama viatu vilivyopangwa karibu na mlango. Anamtazama Kauli aliyepotelewa na kauli.

"Sema," anafoka Kadogoo. "Sema sasa tupo wangapi? Ninayo haki ya kukuuliza tena na tena; tupo wangapi?"

"Kuna nini mpenzi?"

"Mimi si mpenzi ni mkeo."

"Kado. . ."

"Nasema tupo wangapi? Mwanamume mkware we' umeniwekea mahawara wangapi?"

Kimya.

Kadogoo amevitazama viatu vipya vyeupe pale chini na kumtazama tena mumewe. Kauli anatikisa kichwa kwa kupigwa na kibuhuti.

"Nilifikiri unakwenda kwenu kutazama watu wanaougua?" Alitaka kuongeza, "Kumbe wewe mwenyewe ndio mgonjwa wa tuhuma zisizokuwa na msingi." Ila akajirudi mwenyewe.

"Ndio maana unaniletea mahawara hapa? Nimekusikieni mkicheka humu ndani. Na kisha vitazame viatu vyeupe hivi vya mwanamke. Vya nani hivi? Unafikiri mimi bunga au zezeta?"

"Sikuelewi mke wangu."

"Tangu leo mimi si mkeo."

Flashi ya msalani inafyatuliwa na kunguruma kwa nguvu kuliko mingurumo ya Kadogoo aliyehamaki hadi ya kuhamaki. Anatoka ndani Seli. Mshindo wa flashi uliofuata kufoka kwa Kadogoo ukafuatwa na kimya, kimya kilichovuma kuliko mshindo. Baada ya mshindo kimya. Imekuwa kinyume. Wote wametunduwaa, wameshangaa, wameshtuka. Kauli alitabasamu usoni huko ndani anakereketwa maini. Seli ambaye tangu hapo hamjali wala kumbali yeyote, aliangua kicheko na kucheka mpaka jino la mwisho.

"Wifi kulikoni jamani?"

Kadogoo uso hana pa kuuweka, aliuinamisha chini.

Maswali

1. Jadili ufaafu wa anwani, 'Tupo Wangapi?' kwenye hadithi hii.
2. "Mambo ya nyumba kunga." Jadili jinsi ukweli huu ulivyojitokeza kwenye hadithi hii.
3. Jadili suala kuu linaloongoza kwenye hadithi ya 'Tupo Wangapi?'
4. Fafanua matumizi ya uzungumzi nafsiya katika hadithi hii.
5. "Sema ... Sema sasa tupo wangapi? Ninayo haki ya kukuuliza tena na tena; tupo wangapi?"
   a) Liweke dondoo hili katika muktadha wake.
   b) Jadili sifa za msemaji wa maneno haya.

Omar Babu (Abu Marjan)

Marehemu Omar Babu alizaliwa 1967 nchini Kenya. Alikuwa mhadhiri wa Kiswahili katika Chuo Kikuu cha Cologne, Ujerumani. Alipata shahada ya uzamili kutoka Chuo Kikuu cha Ohio, Marekani. Alikuwa mshairi na mwanariwaya msifika. Miongoni mwa kazi zake maarufu ni kama vile ***Kala Tufaha*** na ***Heri Subira***. Aidha amechangia diwani nyingi za hadithi fupi na mashairi kama ***Damu Nyeusi na Hadithi Nyingine*** (iliyohaririwa na Ken Walibora na Said A. Mohamed), ***Maskini Milionea na Hadithi Nyingine*** (iliyohaririwa na Ken Walibora), na ***Sina Zaidi na Hadithi Nyingine*** (ambayo vilevile ilihaririwa na Ken Walibora). Mwandishi huyu ambaye alikuwa mwanahabari mwenye uzoefu mkubwa, alifariki dunia Januari 19, 2015.

Kwambizana Kweli

Hakuona lolote kubwa kwenye hatua yake ya kuamua kwenda kuishi na pengine kupata riziki katika eneo la Wamilimani. Lakini uamuzi wake huo ulikuwa sawa na kujichongea. Iweje Mfukweni kama yeye kwenda kuishi katika eneo la Wamilimani? Bomba aliitakidi kwamba madhali alikuwa mwananchi, alikuwa na haki ya kupiga hema popote pale. Si kwa masikani tu, bali pia kutafuta njia ya riziki zake. Baada ya kuhangaika kwa muda kule kwao Fukweni, Bomba alijipiga kifua yeye mwenyewe kwanza, kisha akamshauri mkewe waondoke. Hata dini yake inatamka wazi: *ukishindwa na maisha hapo ulipo, nenda katafute pahala pengine patakapokupa riziki yako*. Kule Fukweni, Bomba alikuwa akichuma kiasi cha kuchuma lakini hakuwa akiona alichokichuma. Riziki yote aliyopata iliishia tumboni. Hakuweza kamwe kuweka akiba ya siku za usoni.

"Tunaondoka kwenda wapi mume wangu?" Neema alihoji. Hakutaka kuvundumka tu kwenda bila kujua aendako. Lakini alipokwisha kufikiri vizuri, Neema alimwelewa vyema mumewe. Yote aliyoyatenda Bomba siku zote, alifanya kwa nia njema ya kuimarisha familia yake. Alikuwa tayari *kujikusuru* kwa vyovyote vile kuandaa *mustakabali* wake mwema pamoja na wa mkewe, kwani watu hao wawili maskini hawakujaaliwa kupata watoto. Umri ulikuwa unaendelea kuwakataa ingawa hawakukata tamaa ya kuwa na kizazi siku moja.

"Neema," Bomba alimkabili mkewe kwa *nasaha*. "Nimechunguza kwa muda na nimeona kwamba hapa Fukweni hapatufai."

Alipokwisha kutoa kauli hiyo Bomba alinyamaza kidogo huku akimtazama mkewe, ungedhani akipima athari ya maneno yake Neema.

Neema siku zote alishangazwa na mumewe. Bomba huwa hatoi habari moja kwa moja. Kila akisema, husema kwa mkato na kujivuta kwa namna ya kutotaka kusema. Namna hii ya kusema ilimfanya msikilizaji achemkwe na hamu ya kutaka kujua mbele ya maneno ya Bomba kuna nini zaidi. Kusema ukweli Bomba alipenda kumwacha mtu na kiu ya kutaka kujua mbele ya kauli aliyoitoa.

Kama kawaida ya siku zote, Neema alizidiwa na hamu ya kutaka kujua alikopangiwa kuhamishiwa, ingawa hakupenda kuyachukulia mambo kwa pupa. Alijiambia Neema lake sikio tu kuanzia awali hadi mwishoni. Asingesema kitu chochote kwanza. Hata hivyo, jambo hilo la kwenda kubahatisha maisha katika janibu nyingine halikumkaa vyema rohoni. Aliamua tu kufuata mkondo kwa kumwamini mumewe, maana Bomba alikuwa amemwonesha mapenzi na ukweli.

Isitoshe, kwa uwezo wa Mwenyezi Mungu, hasa huko alikokusudia mumewe, kungewafungulia milango ya heri. Kwa hivyo, Neema aliitikia *hewala.*

Neema alipokubali tu ombi la mumewe, Bomba aliandaa safari mara moja. Baada ya muda mfupi hao wakashika njia kwenda zao Milimani. Mume na mke wakaamua kwenda kuhamia maeneo mapya. Walitambua sana kwamba isingekuwa rahisi kumpata mtu wa kuwashika mkono ugenini. Tangu hapo Wafukweni hawaonani jicho kwa macho na Wamilimani! Iweje Wafukweni hao wawili wajijasirishe si kwenda kutafuta riziki tu bali kuishi miongoni mwa Wamilimani? Kama si kiroja hicho ni nini?

Hata Bomba mwenyewe hakujua pepo gani aliyemkumba akapitikiwa na hiyo fikra ya kwenda maeneo ya Wamilimani. Pengine kilichomsukuma kufuata fikra hiyo ni utashi wa kibinadamu tu. Na zaidi akitaka sana kujikwamua kutoka kwenye *ulitima* ulioelekea kumganda kwa kila namna. Alikuwa amejaribu na kufanya yote ya kufanya ili awe na nafasi kwao Fukweni, lakini pamoja na bidii yake yote, Fukweni ilimkataa. Aliamua kwenda *kuzumbua* riziki yake mbele ya safari. Alitazama kushoto na kulia, Mashariki na Magharibi, Kusini na Kaskazini, mwishowe karata yake ikaangukia Milimani. Hakuona kwingine kwa kuelekea.

Bomba na mkewe waliwasili salama Milimani. Nafuu kwao walikuwa *wamedunduliza* fedha kiasi cha kuwachukua kwa kitambo cha *kustakimu* huko ugenini. Walipanga nyumba kwenye jengo la ghorofa tatu. Walipata nafasi kwenye ghorofa ya pili.

Katika ghorofa hiyo kulikuwa na vyumba viwili kwenye upande mmoja. Upande wa pili ulikaliwa na familia ya mtu na mkewe, watu wawili waliotoka Milimani. Wapangaji wa ghorofa ya kwanza wote walikuwa Wamilimani. Katika tabaka la chini aliishi mwenye nyumba ambaye naye pia alikuwa mwenyeji wa Milimani. Tuseme jumba lote hilo lilikuwa milki ya Wamilimani isipokuwa Bomba na Neema. Ama mtu na mkewe walihangaika vya kutosha kabla ya kupata nyumba hiyo ya kufikia. Kodi ilipandishwa mara mbili pale mwenye nyumba alipogundua kwamba waliotaka kukodi fleti walikuwa Wafukweni. Bomba akajisabilia vipesa vyake alivyovidunduliza akaamua kulipa kodi iliyotakiwa.

***

Bomba na mkewe hawakujifunga walipofika Milimani. Walianza harakati za kutafuta riziki. Mume akashika shughuli ya kutafuta biashara mwafaka za kumweka hai huko Milimani. Alianzia kuuza nafaka kidogo kidogo huku akitafuta mahali pa kufanyia biashara. Akili na roho yake ziliamili kwenye biashara ya mkahawa. Bomba alishawahi kufanya kazi ya mkahawa na aliijua kazi hiyo nje ndani. Mke wa watu naye hakubaki nyuma. Aliamua kusuka makawa na mikeka. Hata hivyo, mambo hayakuwa mepesi kujiweka sawa watu hao wawili. Wafukweni hao hawakuthaminiwa hata kidogo na Wamilimani.

Tangu hapo Wafukweni na Wamilimani hawaaminiani. Ziada ya hayo, makabila hayo mawili yakitaniana kiasi cha utani wenyewe kujikita ukaonekana kama ukweli. Mara mfukweni atambeza mmilimani. Wakati mwingine utamsikia Mmilimani akisema, "Mfukweni anajua kula tu." Na hilo maana yake Mfukweni ni mtu wa kutaka vya *ubwete* tu. Mbali na hivyo, pia Mfukweni hataki kuchoka. Hawa jamaa hawana kazi wala bazi." Mmilimani atasema huku akielekeza kidole au mkono wake kwenye upande walioko Wafukweni.

"Mfukweni mvivu kama nini! Kazi kwake kusifia alivyokula kwa fulani!" Mmilimani mwingine atasema. Nao Wafukweni walikuwamo. Hawakuwaamini Wamilimani hata kidogo.

"Wamilimani wanaabudu pesa!" Wafukweni wakipenda kusema. "Ukimwoa mke kutoka Milimani, unajitafutia kifo. Kama una mali atakutilia sumu au akulishe mikate ya samli. Ama ufe au uingie kichaa apate kurithi mali. Kisha huyoo, kwao Milimani!"

Katika mazingira hayo ya kutoaminiana kati ya Wafukweni na Wamilimani, ndipo Bomba alipomwagiza mkewe wajitoe jahara kwenda kuogelea bahari za wenyewe; kwenda kujaribu maisha ugenini.

"Liwe liwalo! Bure yao! Hapa Milimani siondoki wanganifanyia kila aina ya vitimbi," Bomba alimwambia mkewe siku moja jioni. "Tutakaa hivi hata lini? Niwe Mfukweni nisiwe, kwani sote si binadamu?"

"Mume wangu usijali," Neema alimwambia mumewe. "Kuna siku yatakwisha."

Kisa na maana ya Bomba kumwambia mkewe maneno hayo ni huo mkahawa aliokuwa amepania kuuanzisha. Alikuwa amepata sehemu karibu na mahali walipoishi lakini mwenye nyumba akamdai kodi kubwa. Katika eneo lote hilo la Milimani hakuna mtu aliyekuwa akilipa kodi kiasi alichodaiwa Bomba. Si kwa nyumba ya makazi tu bali hata kwenye hilo jengo alilotaka kuanzisha mkahawa. Nia ya mwenye nyumba ilikuwa kumkatisha tamaa Mfukweni huyo ili aondoke. Naye Bomba nani? Aliamua kung'ang'ania papo hapo. Hakutaka ubishi na mtu. Aliamini kwamba riziki ina Mungu na mja ana fungu lake.

"Nilichoandikiwa na M`ngu hakuna awezaye kunipoka," Bomba alipenda kujipumbaza hivyo.

Bomba na mkewe wakawa na mkahawa waliouita *Fukweni Hotel.* Mkahawa wenyewe haukuwa mkahawa wa kuitwa mkahawa! Kilikuwa kibanda kidogo tu cha kusitiri hali! Chakula cha *Fukweni Hotel* kilikuwa cha bei nafuu. Fukweni ikaanza kufurika wateja tangu siku ilipofunguliwa. Njaa haimjui Mfukweni wala Mmilimani. Kila mwenye kutaka kula alijivua ukabila na kuingia mkahawa wa Fukweni kwa nia moja tu. Shibe! Nenda adhuhuri kwenye kijihoteli hicho, wateja walikuwa wakibanana hata nzi asipate pa kupenya!

Awali Bomba alishikana na mkewe Neema kuendesha mkahawa wao. Mara kazi ilipozidi wakaamua kuwaajiri vijana wawili, mmoja mpishi na mwingine wa kuwaandalia wateja. Neema akawa hushinda na mumewe kumsaidia kazi ndogo ndogo za pale *Fukweni Hotel*. Faida waliyopata ilitosha kuwakimia kodi zote mbili, ya nyumba ya malazi na ya mkahawa wenyewe. Waliweza pia kupata baki ya kuhifadhi kwa siku za usoni.

Fukweni Hotel ilikuwa na sifa chungu nzima kutokana na chakula chake kilichopikwa kwa ustadi mkubwa. Watu wakawa wanapuuza mikahawa ya kutajika wakakimbizana kuelekea katika mkahawa wa Bomba. Usitaje pilau. Ikiwa kwenye sahani kana kwamba inakualika uile! Mikate ya sinia na *vimanda* vimesanifiwa barabara. Chai ya tangawizi ilipata sifa janibu za karibu na mbali. Lakini supu ya nyama ya ng'ombe ndiyo iliyokuwa kivutio kikubwa kwa wateja! Neema alikuwa fundi wa kuitayarisha supu yenyewe. Alikuwa akiikatia vitunguu maji na vitunguu saumu na kuchanganya na pilipiliduka. Supu aina hiyo pamoja na chapati au mahamri, mteja kuionja siku moja tu, basi! Siku zilizofuata mteja huyo hakuona chakula kingine *Fukweni Hotel*. Sifa ya *Fukweni Hotel* ikazagaa pembe zote.

Na kutajika kote huko kwa mkahawa huo wa Bomba na Neema, wao walisalia kuwa Wafukweni wale wale machoni pa Wamilimani. Watu waliwatathmini kwa hiyo dira ya Ufukweni. Waliendelea kuchukuliwa kuwa washamba na wavivu kama ilivyo kwa Wafukweni wenzao. Wala hakuna aliyekuwa na ithibati kamili ya madai hayo ya kubezana kwa makabila hayo husika. Ajabu yote hayo yalijiri, ingawa bidii ya Bomba na Neema ilithibitisha kinyume cha mambo. Kwa wakati wao huo, hakuna kiumbe yeyote wa hapo Milimani aliyewapiku kwa bidii ya kazi. Kila kutwa walirauka majogoo na kurejea jioni. Walikuwa na bidii na ghera ya kutarazaki kwani hicho ndicho kilichowatoa kwao! Na bidii yao hiyo hawakukosa kupigwa vijembe au kukuswa vitimbi! Mkahawani hakuna aliyewatopoa! Ngoma ilizidi pale waliporejea kwenye nyumba yao ya makazi. Majirani zao wa karibu na mbali walikuwa Wamilimani.

Kila Neema na mumewe wanaporudi huwa wamechoka mili si yao. Wanachotaka tu ni kukoga kwa majimoto kisha kujituliza kwenye makochi au kitandani! Mavune si mavune waliyokuwa nayo ya kazi ya siku kutwa! Wajapo nyumbani hupanda ngazi kwa tabu ya uchovu. Mara watakutana na jirani yao ama mlangoni pa nyumba yake au kwenye tabaka ya chini. "Jirani maashaallaahu, mashaallahu!" Utamsikia jirani akimwambia Neema ambaye ndiyo kwanza anaingia kutoka *Fukweni Hotel*. Neema mwenyewe amejibebea kifuko cha sandarusi kilichosheheni vyakula.

"Si neema hiyo mlopata maashallah! Mmeneemeka kweli!" Jirani atazidisha maneno yake. Neema hubaki kusema, "Alhamdulillahi!" tu, asizidishe neno. Hakujua iwapo jirani huyo akiyasema hayo kwa dhati au ni hizo kejeli za Wamilimani. Mara nyingine huambiwa jambo la sifa asimtopoe mtu. Atajuaje iwapo ni sifa kweli au ni huko kupakwa mafuta kwa mgongo wa chupa?

***

Sifa za *Fukweni Hotel* ziliishia huko huko *Fukweni Hotel*. Haikuwa hoja kwa sifa kuzagaa toka Milimani hata janibu za mbali! Suala lililozingatiwa na Wamilimani wengi ni hilo la hao Wafukweni walioumiliki mkahawa huo wenye sifa. Wengi hawakuzingatia sifa za maakuli au ufundi wa hali ya juu ulioamiliwa kwenye mapishi. Kubwa lao ni kwamba wahusika walikuwa Wafukweni. Kabila la watu wachache wanaoishi maisha ya karne zilizopita; watu wasiojua umuhimu wa maendeleo. Ajabu kwamba huyo Mfukweni aliyekuwa akipigwa vita, alikuwa amewaajiri Wamilimani wawili kumfanyia kazi. Kusema la haki Bomba hakuwa na haja ya mpishi kwani yeye na mkewe walikuwa weledi tosha wa mambo ya jikoni. Aliamua kumpa huyo bwana kazi ili kujaribu kujenga usuhuba mzuri na wenyeji wake.

Katika nyumba yao ya makazi, Bomba na Neema waliishi hapo tu kwa kukosa budi. Tangu siku ya kwanza walianza kupambana na kila aina ya vitimbi wasivizingatie. Kuna wakati hutoka hotelini wakakuta rundo la taka mlangoni pao wasiyazingatie bali huzoa wakazipeleka kwenye mazbala. Wapangaji wote walikuwa na zamu ya kufagia na kusafisha ngazi za kupandia jengo hilo. Huo ndio utaratibu uliowekwa na wenye nyumba. Zamu ya kina Bomba inapofika, Neema hubaki nyumbani wakati mumewe anapokwenda kazini. Neema alikuwa akisafisha ngazi ikang'aa vilivyo. Afanye bidii gani, majirani zao, mume na mkewe, hawatakosa la kusema! Wakati mwingine wakiyasema kweupe mbele ya macho ya Bomba au Neema. Mara nyingine wakiropoka kwa sauti wakiwa nyumbani kwao nia yao Neema na mumewe wawasikie.

"Kama kusafisha ngazi ndiko huko, afadhali kukaa bila kusafisha!" Mume atasema kwa sauti.

"Tangu lini Wafukweni wakajua nadhafa? Wenyewe hunuka vikwapa kila wendako itakuwa kusafisha nyumba?!" Mkewe mtu ataongezea. Yasipokuwa ya kufagia nyumba yatakuwa ya kelele za redio, ilhali Bomba na mkewe hata redio yenyewe hufungulia kwa sauti ya chini kabisa. Wenyewe hawana huo muda wa kusikiliza redio seuze kuifungulia kwa sauti! Kutoka kwenye redio itakuwa kuonywa kwamba wanasumbua majirani kwa kuburura samani zao. Hayo yanaposemwa kwao hakuna aliyewahi kuingia akaziona hizo samani zinasosemwa. Yao ni makochi mawili ambayo hayajapata kubadilishwa mahali yalipowekwa tangu walipoguria nyumba hiyo! Vitimbi moto mmoja! Si Neema wala si Bomba, hakuna miongoni mwao wawili aliyekuwa na mlahaka mzuri na hao majirani. Salamu peke yake ndizo zilizowaunganisha.

Wakuswe vitimbi gani, Bomba na mkewe wakutanapo na hao majirani zao huwaamkia kwa tabasamu za uhakika. Utadhani hawafahamu hivyo vitimbi wapatavyo.

Bomba alivyokuwa akizitoa hizo salamu, alionekana mwenye moyo safi. Katulia. Neema naye pia alikuwemo. Humwamkia mwanamke jirani yake kwa ulimi mtamu utadhani ni shoga lake wa miaka na mikaka. Na wema wao huo wa kutoa salamu tena kwa insafu, vitimbi havikuwakoma. Wasipopata moja leo watapata jinginelo, kwa maana, hakuna siku iliyokutwa bila kutendewa maudhi hususani warejeapo nyumbani.

Muda wote huo wa kutendewa vituko kina Neema, mwanamume huyo jirani yao akajenga tabia ya kwenda *Fukweni Hotel* kushughulikia tumbo lake. Alipoonja supu ya mkahawa huo, utadhani ilikuwa *mzi*. Mtu wa watu akaondokea kuipenda akawa kila mara ajapo mkahawani supu ni hiyo hiyo. Mwanamume huyo akawa hupokelewa kwa mikono miwili pale atokezeapo mkahawani humo.

"Hujambo!" Bomba huwa wa kwanza kutanguliza salamu pale huyo jamaa aingiapo. Hajajibu salamu huandamiziwa swali lile lile siku nenda siku rudi, "Kama kawaida yako jirani?" Mteja hajatamka kauli yoyote Bomba hupiga yowe la kumwagiza Neema kumwandalia yule bwana, "Neema jirani huyo! Ataka *supu special!*" Supu inapoletwa Bomba humkaribisha mnywaji kwa kila kauli njema. Jirani hujipigia mafunda ya haraka kisha huyo hutoka na kutokomea pengine kwenda kuendeleza vituko vyake. Kadiri jirani alivyokuja mkahawani, ndivyo vituko walivyotendewa kina Neema nyumbani kwao vilipungua. Havikwisha vivi hivi tu bali viliendelea mara tukizi. Muda wote huo mteja na muuzaji ingawa ni majirani hawakujuana undani. Majina yalibakia kitendawili kila mtu akabaki kujua jina lake tu. Walisalia kuitana jirani.

Majirani hao hawakuwahi kuzozana. Kila wakutanapo kwenye ngazi katika jumba lao la makazi, hupokezana salamu kwa tabasamu za uhakika. Mara nyingi Neema au Bomba ndio waliotanguliza salamu. Hawakuonesha dalili yoyote ya kukereka na hizo adha za majirani zao. Hawakushughulishwa katu na kelele au vijembe vya majirani zao. Wafukweni walikuwa kama mayatima waso na jamaa. Walishika shughuli iliyowapeleka Milimani bila kuinua ulimi. Hakuna siku hata moja iliyopambazuka wakajikuta wakilalamika kwa vitendo walivyofanyiwa.

Katika hizo harakati za kuzumbua riziki, hutokea Jumamosi au Jumapili moja moja ambapo Neema hufua nguo zake na za mumewe. Pia alikuwa siku hiyo akitenga na kunadhifisha nyumba yao. Siku hiyo moja alifua nguo nyingi na akazianika kwenye kamba ya nguo. Eneo la kuanika nguo za wapangaji wote lilikuwa nyuma ya jumba lao hilo. Neema alitumia vibanio kuhakikisha kwamba upepo usingezipeperusha na kuziangusha nguo alizofua. Alipomaliza kazi ya usafi akaenda zake hotelini. Kumbe mambo yalikuwa yakimsubiri jioni aliporudi nyumbani! Alimtangulia mumewe kutoka mkahawani kwa nia ya kuja kuzianua nguo zake. Alipofika kwenye kamba za kuanika nguo, alipigwa na bumbuazi! Hakuamini macho yake. Nguo zote alizokuwa amezifua na kuanika, zilikuwa zimetapakaa ardhini tena zingali majimaji. Zilikuwa zimesarwa matope hazitazamiki! Si hilo tu; hata vibanio vyote vilikuwa chini. Upepo ama tufani gani hiyo iliyoangusha nguo pamoja na vibanio? Hata kipofu angeyakinisha kuwa nguo hizo zilikuwa zimeangushwa makusudi. Neema wetu asijali bali aliingia nyumbani akatwaa makarai akasomba nguo zake zote akaziingiza ndani. Aliona dhiki lakini hakumlalamikia mtu. Aliwashuku wahusika lakini hakutaka kwenda mbali zaidi ya hapo! Alipokuwa akifungua mlango kuingia nyumbani kwake alimwona mkewe jirani yake akimchungulia kutokea mlangoni. Neema kwa upole wake akampishia salamu. Jirani hakukasiri bali alijibu salamu na kujifungia kwake. Kwa mbali Neema alisikia vicheko vya kejeli nyumbani kwa huyo jirani. Hakujua ikiwa mumewe jirani alikuweko au la! Aliingia bafuni na *kuziroweka* nguo zote akisubiri kesho yake kuzifua tena. Bomba alipokuja nyumbani na kupata habari hiyo ya nguo, hakuzingatia lolote. Mtu na mkewe *hawakuwafungia kinyongo* majirani zao. Waliendelea kukaa nao kwa wema kama awali.

***

Jioni moja Bomba na Neema walikuwa wamejipumzisha kwenye makochi baada ya kazi ya kutwa. Walikuwa wamechoka hadi ya kuchoka. Kila mmoja wao alikuwa ameshika kochi lake, wote wamejinyoosha. Hakuna aliyejishughulisha na mwenzake kwani walikuwa hali taabani kwa mavune ya huko mkahawani. Mara mlango wao ukabishwa. Ilikuwa nadra sana kwao kupata wageni wa jioni. Tena wageni wajapo walikuwa na kawaida ya kutoa taarifa mapema. Hawakuja kwa kushtukia vivi hivi. "Huyo ni nani anayetujia saa hizi?" Bomba aliuliza swali kama aliyechukizwa na hodi hiyo ya jioni. Alijikusanya na kuketi kwenye kochi akiangaza alikokuwa mkewe.

"Sijui ni nani!" Neema alijibu naye akiinuka na kumtazama mumewe.

Bomba alijizoazoa kwenda mlangoni kumjibu mwenye kubisha hodi.

"Alaa! Kumbe nyie! Karibuni! Karibuni!" Bomba alitamka punde baada ya kufungua mlango. Kauli hiyo ilimpa Neema kujizoa na kukukuta makochi haraka haraka. Aidha alitandika vitambaa vya makochi kuwaandalia wageni mahala pa kukaa. Wageni waliowajia wakati huo walikuwa majirani zao mtu na mkewe.

"Kwema lakini?" Bomba aliwauliza wageni huku akiwaashiria kwa mkono kwenye makochi ili waketi.

"Kwema jirani. Siye wazima hatujui nyie!" Akajibu mgeni mwanamume.

Neema hakutamka kitu mara moja lakini alijenga uso wa bashasha kama ishara ya kuwakaribisha hao wageni. Hata hivyo, akilini mwake maswali mtawalia yalimzuga. Hakuwa na jawabu kamili. *Kwa nini hawa jamaa kutujia jioni?* Neema alisaili nafsi yake.

"Hatukai sana jirani. Aibu kwamba hatujuani majina," Jirani mwanamume alisema huku akinyoosha mkono kumwamkua Neema.

"Jina langu ni Mjuvi na huyu mke wangu Tetema. Samahani imechukua miaka na vikaka kwetu sisi kujitambulisha kwenu."

"Wala si neno. Wajua tena harakati za maisha. Kutwa kucha mbioni kutafuta riziki!" Alisema Bomba baada ya wageni kuketi.

"Bwana sisi jirani tumekuja kwa jambo muhimu sana!" Mjuvi alisema. "Ni jambo ambalo limetusumbua: mimi na mke wangu, kwa muda sasa."

"Haya, jambo gani hilo jirani?" Bomba aliuliza swali kwa sauti ya kumaka.

"Siku nyingi bila shaka mmekuwa mkiona vituko visivyo vya kawaida nyumbani kwenu," Mjuvi aliendelea. "Kuna wakati mmepata marundo ya taka mlangoni penu. Usitaje hizo nguo ambazo maskini dada yetu huyu huzifua kwa tabu. Kuna wakati huwa zimeangushwa ardhini zikawa zimejaa tope." Jirani alisema kauli hizo hali amejiinamia. Bomba na mkewe walipigana jicho la upembe. Tetema, mke wa Mjuvi alikuwa naye ametazama chini.

"Jirani ukorofi au niseme vitimbi vyote hivyo tumekuwa tukifanya sisi. Wajua hii hali ya Wafukweni na Wamilimani kutosikilizana. Lakini nyie binadamu kweli, wala hakuna siku mmetufungia kinyongo wala kulipiza kisasi."

Baada ya muda, Mjuvi aliinua uso kutazama athari ya maneno yake kwa wenyeji wake.

"Tunajua vyema kwamba yote tuliyoyafanya mlikuwa mkifahamu kwamba sisi ndisi watenda. Mimi na mke wangu Tetema tunawaomba radhi. Tungependa kuanzisha uhusiano mwema wa kuaminiana. Ninakuahidini kwamba vituko hivyo hamtovipata tena."

Bomba aliwazungushia macho waliokuwepo chumbani. Alisafisha koo utafikiri ni shahidi aliyeshuka kizimbani na anayejiandaa kutoa ushahidi!.

"Asante sana Bwana Mjuvi kwa ujasiri wako wa kuungama makosa yako na mkeo. Ninaamini kwamba wewe na Bibi Tetema mmekuja hapa kwa insafu."

Bomba akanyamaza kidogo kuwapa wahusika muda wa kuyatafakari aliyoyasema.

"Mimi na Neema hapa tumewasamehe *fi duniya wala akhera*! Hata hivyo, nasi tuna letu la kusema."

Mjuvi, Tetema na hata huyo Neema macho yao yote wakamwelekezea Bomba.

"Sasa naona ndio wakati wa kuambizana ukweli. Bwana Mjuvi, nasema haya mbele ya mkeo, Bibi Tetema, kwa nia ya kuswafiana nia. Nasi tokea leo hii ninakuahidi kwamba ile *supu special* tunayokuuzia kila siku hatutoitia uchafu. Tumekuwa tukiitia supu yako kila aina ya uchafu. Samahani sana ndugu Mjuvi!" Bomba aliyasema hayo huku macho yake kayatua sakafuni. Neema alipokuwa alikuwa ametahayari kweli. Hakuwa na ujasiri wa kuwatazama majirani zao. Kwa hakika yeye ndiye aliyekuwa fundi wa kutayarisha hiyo supu iliyonywewa na Mjuvi!

Bwana Mjuvi alikaa ameduwaa utadhani hakusikia maungamo ya Bomba. Mara Mjuvi huyo, akainuka na kumwashiria mkewe waondoke nyumbani kwa majirani zao. Wenyeji, Bomba na mkewe, Neema, wakasalia kutafakari suluhu hiyo ya muda iliyopita kati yao na majirani zao.

Maswali

1. Jadili ufaafu wa kichwa cha hadithi hii.
2. "Kuambizana ukweli ni hatua muhimu sana ya kupata suluhu." Jadili huku ukirejelea hadithi.
3. Jadili nafasi ya mwanamume katika jamii katika hadithi hii.
4. Jadili sifa za wahusika hawa:

a) Bomba. b) Mjuvi. c) Neema.

5. Kinaya ndicho mbinu kuu katika hadithi hii. Jadili.

Rayya Timammy

Rayya Timammy ni Profesa wa Kiswahili katika Chuo Kikuu cha Nairobi. Ana tajiriba ndefu katika uandishi wa hadithi fupi. Amechangia diwani nyingi za hadithi fupi ikiwemo ***Mayai Waziri wa Maradhi na Hadithi Nyingine*** (iliyohaririwa na K.W. Wamitila) pamoja na ***Sina Zaidi na Hadithi Nyingine*** (iliyohaririwa na Ken Walibora).

Huku na Huku

Mzee Ali jana amejifia maskini. Mpaka sasa maiti yake haijapatikana. Jambo la kusikitisha kwelikweli. Kwa kusema haijapatikana haina maana kwamba amezama baharini au kapotea, la hasha! Haijapatikana kwa sababu imelala katika barafu – yaani yumo katika chumba cha kuhifadhia maiti.

Mara kumetokea uvumi leo kuwa mpaka maskini apasuliwe ili kijulikane kilichomuua. Kwa kweli lilikuwa jambo la kumuadhibu tu. Basi tu wanataka kumsumbua. Kilichomuua ni kalamu ya Mungu kwani wakati wake ulikuwa umefika. Na zaidi tuseme alikufa kwa maudhi ya wanawe. Kweli mtu huzaa lakini hajui akizaacho. Kama tumbuizo ya Waswahili isemavyo: *Ukizaa mwana mwema na mui pia mlee, kwani hujui atakayekufaa, atakayekupa mai mbee.* Ni dhahiri kwamba ulipofika wakati wa *kupewa mai*, mwana mwema wa Mzee Ali hakuwepo na kwa vile hakuwa na mui aliyemlea basi hakukuwa na wa kumpa mai.

Mzee Ali tukikumbuka, yeye na mkewe, walijifunga mkaja kulea watoto wao wawili. Mungu aliwabariki kwa watoto wawili: wa kike na kiume. Walishukuru kwa kuinua mikono kwamba Muumba wao alikuwa amewapa watoto hao. Na kwa vile wao waliwapata mara moja waliona ni jambo la kushukuriwa.

Watoto hao walilelewa kwa tunu na tamasha. Alhamdulilahi! Kwa uwezo wake Manani, hawakukosa kitu kwani Mzee Ali alikuwa mtu mwenye nafasi yake. Walikulia kama wafalme kwani Mzee Ali alikwenda mbio wasikose kitu chochote walichokitaka. Walikuwa wakipelekwa shuleni kwa magari. Hawakujua hata siku moja *dharubu* ya pandashuka ya matatu au ya msongamano na kusukumana huku mgongoni na nundu kubwa ya mkoba kama ya ngamia. Mikoba mizito kama gamba la kobe.

Lakini Mzee Ali hakuchoka kuwapeleka asubuhi na kuwachukua wanawe kila siku jioni. Ikawa peleka rudisha, peleka rudisha, mvua na jua. Hakuamini kuwatia katika usafiri wa mabasi au matatu yanayobeba watoto wengi kama nzige. Akihofia hatari ya wanawe kupindushwa au kucheleweshwa ikiwa magari yatazunguka kupeleka watoto mitaa mbalimbali kwanza. Alihofia pia wanawe wangeweza kuambukizwa tabia mbaya. Kwake aliona kuwa alikuwa amewalea wanawe vizuri na kuwafunza mambo yanayokubalika.

Walipokaribia darasa la mtihani wa kumaliza shule ya msingi, kazi hii ilizidi, kwani ilibidi akae hata mpaka saa moja ya usiku awasubiri watoke madarasa ya ziada. Aliwatia katika madarasa hayo na kuyalipia ada kubwa. Hata hakujali kwa vile alitaka wanawe wapite mitihani. Hilo ndilo lililokuwa muhimu kwake.

Alhamdulillahi! Matokeo yalipotoka watoto wake walipita. Na kusema ukweli yeye hakuwa na shaka, kwani alijua hilo lingekuwa hivyo kwa hakika kama yalivyo mauti. Aliwapeleka katika shule za upili za kutajika na kuwalipia kila kitu kilichotakiwa. Walipomaliza walifaulu na kufika walikotakiwa kufika.

Kwa kufupisha hadithi, tuje katika suala la kwa nini maudhiko ndiyo sababu iliyomuua Mzee Ali. Kwanza, mkewe *alijiendea mbele ya haki* muda tu baada ya kuwaona wanawe wamepata maskani yao na wametulia makaoni mwao. Mama mtu na mumewe waliamini pia kuwa mwanawe wa kiume amepata jiko zuri. Jiko aali. Jiko stahiki. Binti yake naye alipata simba kamili. Kwa hivyo, kufikia hivyo, ilikuwa kama alijiendea kaburini akiwa radhi huku akijicheka. Lakini hakubahatika kuona matunda ya watoto wake katika umri wa makubwani na wakiwa na majukumu. Lakini Mzee Ali alipewa umri na Mungu awahi kuyaona maisha ya watoto wao wakiwa nyumbani mwao. Mzee Ali hakuwa mbali na watoto wake, kwani mtoto wake wa kiume na mkewe waliamua baba yao, Mzee Ali, aishi pamoja nao ili asiwe peke yake, mzee huyo. Mwanawe wa kike alikuwa akiishi na mumewe katika mji mwingine usiokuwa mbali na wao.

Mwanzoni mambo yalikuwa mazuri na shwari kabisa. Mzee Ali alifurahia uamuzi huo wa kwenda kuishi na mwanawe na vijukuu vyake, maana kusema kweli upweke ulikuwa wamuua. Hawakukosea waliposema upweke ni uvundo. Mkewe marehemu hakuwepo tena, mliwazi wake, mwenziwe, mpenziwe. Katika maisha yake yote alikuwa na mkewe na ijapokuwa walikuwa wakiepukana kwa muda kidogo, daima walikuwa pamoja. Hata kama visahani haviachi kugongana, kwao wao visahani havikuingia pengo wala kuvunjika. Maisha yao yote walipendana na kuheshimiana. Kilipotokea kizingiti walikivuka pamoja. Basi walipoishi na mwanawe wa kiume angaa ule uvundo wa upweke ulimwondokea kwa muda.

Lakini jambo usilolijua ni usiku wa kiza. Angeyajua yatakayokuja baadaye pengine asingekubali kuishi na mwanawe.

Siku zilipoyoyoma na miaka minne ikatimia tokea alipoanza kuishi nao ndipo maudhiko yalipoanza. Kuna siku alikuwa akiinuka, mkazamwanawe alikuwa amenuna utasema ameumukwa kwa hamira. Maskini alidhania kuwa pengine mwanawe amemuudhi binti wa watu. Basi aliamua kumuuliza, “Mwanangu, Esha, mbona leo waonekana huna furaha?”

Esha alishtuka aliona kuwa mkwewe ameweza kumsoma kama kitabu. “Kwa nini unasema hivyo baba? Sina lolote,” alijibu.

Mkwewe akajibu: “Nasema hivyo kwa sababu leo naona umejiinamia jii. Huna bashasha ya kawaida.”

"Sina lolote baba ni kichwa tu chaniwanga kidogo," alijibu.

Alificha kucha zake kwani kwa kweli hakuwa na kichwa wala mguu, bali alikuwa na kingine kilichomwuma. Kinachomwuma kwa kweli alikuwa huyo mkwewe. Kwani usiku uliotangulia yeye hakulala wala hakumlaza mumewe. Kisa na maana ni mzozo na mgogoro kumhusu Mzee Ali. Mke wa mwanawe Mzee Ali alikuwa akimwambia mumewe kuwa alikuwa amechoka kumhudumia baba yake kama mtumwa.

Kwa kweli alikuwa *anatia chuku* tu. Kwa kweli Mzee Ali alikuwa amezeeka na hakuweza kufanya mengi ambayo mwenyewe alikuwa akiyafanya akiwa na nguvu zake. Kwa hivyo, sasa alikuwa akihitaji kuhudumiwa zaidi maskini. Basi hili ndilo hasa lililoleta yaliyotokea mpaka maudhiko yakamuua.

Siku nenda siku rudi pale nyumbani pakaja kuwa uwanja wa fujo. Mwanzoni fujo hii haikuwa ikionekana au kujitokeza wazi. Fujo ilikuwa chumbani tu kwa mwanawe. Mke wa mwanawe ndipo alipomlalamikia kwanza kwa sauti ya chini, sauti kama ya mwanamke isiyotaka kusikiliwa nje.

"Aah nimechoka! Nimechoka," alianza kulalamika. Mumewe tayari alikuwa anajua mkewe kachokea nini. Na kusikia hivyo, moyoni alijua tayari yangeanza, kwani alikuwa ameyazoea. Mkewe amekuwa akisema yayo hayo kwa muda lakini kwake ilikuwa ni kama sikio la kufa halisikii dawa, maana mkewe akianza yeye alitia pamba sikio hili na hili huku akijifanya hasikii.

Hali hii iliendelea kwa muda na kwa kweli mume-mtu alikuwa akimpenda mkewe na wakati huo huo akimpenda baba yake. Sasa angefanyaje? Ni hali ya *huno na huno ntunde upi kila ntundao una miba.* Lakini akifikiri ukweli wa mambo miba ilimchoma huku na huku maana alitaka kumfurahisha mkewe na hakupenda mkewe akasirike kwani akikasirika nyumba inakuwa *nari.* Lakini afanye nini? Yule ni baba yake. Itakuwaje amtoe baba yake nyumbani mwao? Amtoe ampeleke wapi? Kwa nani? Kama yeye mwanawe hakumweka na kumlea wakati huu wa uzee nani atampokea mzigo huo?

Kwa hivyo, alijifanya hasikii akamuacha mkewe *akibubuzika* maana akianza kusema naye bila shaka angempandisha jazba kama taa ya koroboi. Alijua akifanya hivyo baba yake angeyasikia na hilo ndilo asilani hakutaka litokee maana lingemwudhi baba yake na katu asingekubali kukaa hapo tena. *Ataradhiwa akadadalike* kokote lakini asizushe baa kwa wenyewe.

Basi siku hiyo mwana wake *alipojikukusa,* mke wake aliendelea kama redio mbovu mpaka akapotelewa na usingizi. Mume wake hakuufumba usiku mzima akiwaza na kuwazua alitatue vipi tatizo hilo. Alijua mke wake asingeliacha mpaka alitie ukomo! Kwa hivyo, ama atoke yeye, mke wake au amtoe baba yake. Hilo lilimbabaisha mno maana hakujua afanye nini? Aliwaza sana. Je, amfukuze baba yake? Baba yake aliyempenda na *kumtunda* kama wanja wa macho. Hata kuliwaza hili *alihaha* na kuungulika moyo. Au amfurushe mke wake? Mke wake aliyekuwa akimpenda na aliyeamini kuwa ukimpasua moyo wake atatoka binti huyo. Je, akienda zake wanawe wangekuwaje? Si watasumbuka na kupotea maskini? Basi alijiona kwenye njia panda – huku akikutaka na kule pia. Lakini alijihisi huku hayuko na kule akitafutwa!

Alipotanabahi kulikuwa kumepambazuka na majimbi tayari walishawika. Lakini katika kurauka huko alipata suluhisho hata kama ni la muda. Aliamua atoke kitandani wakati huohuo ampigie dada yake simu wazungumze. Kwa hakika wao wawili walikuwa karibu sana maana siku zote wazazi wao walikuwa wakiwakazania wapendane kwani damu nzito kuliko maji. Hakuchelewa kuikoroga simu nayo ikaingia mara moja. Alisubiri kwa hamu ichukuliwe upande mwingine.

"Halo halo," alisema.

"Hallo ni nani?" alisema dada yake upande ule wa pili.

Aliitambua mara moja sauti ilikuwa ya dada yake.

"Aah, hivyo huijui sauti yangu?" Aliuliza.

"Sasa nimeitambua. Sikuwa nimeitambua kwa maana umepiga mapema sana. Bado nina maruerue ya usingizi. Mbona wanitia wasiwasi kama huo?" Dada yake alijibu.

Dada yake alikuwa amekwenda mbali. Simu ile ya alfajiri ilimfanya adhanie kuwa pengine lilikuwa limepita la kupita. Au kuwa alidhani pengine baba yao amewaacha mkono. Roho ilimdunda kama ngoma na pumzi zikampaa akawa hawezi kupumua vizuri. Alitaka ndugu yake amjibu haraka haraka.

"Dada mbona una wasiwasi kwani siwezi kukutamani tu. Alhamdulilahi! Hakuna lolote la ziada ila nina matatizo kidogo ambayo ninataka nikueleze."

Basi hapo alimwelezea nia yake ya kupiga simu. Alikuwa akimtaka dada yake ampigie baba yao simu na ajifanye kumwalika na kumkazania aende kwake kwa muda ili mke wake kidogo atulie na kero zake. Hakumficha dada yake bali alimweleza yote. Hawakuwa na siri baina yao. Dada yake alimpumbaza na kumwambia kuwa asiwe na wasiwasi amepata alitakalo. Hapo basi moyo wake kidogo ulitulia maana maskini alikuwa amechoka na kekeke za mkewe zisizokoma. Aliendelea na shughuli zake za siku ile hata jioni.

Jioni ile aliporudi kutoka kazini mara simu ilisikika ikilia. Mwanawe aliikimbilia kuishika.

"Hallo! Hallo! Nani? Ni nani?"

"Mami ni mimi anti Muna" alijibiwa.

Mami, aligeukia wazazi na babu yake na kusema, "Ni anti Muna."

Baba yake aliinuka kwenda kuishika.

Alisemasema kwa muda lakini ilikuwa ni salamu tu maana hakutaka baba yake ajue kabisa kulikuwa na tatizo la ndani kwa ndani. Baadaye alimgeukia baba yake na kumwambia, "Mwanao ataka kusema nawe." Alijaribu kuivutavuta ile simu iwe karibu na baba yake. Baba aliinuka na tabasamu kubwa na bashasha kuwa atasema na binti yake ambaye pia ndiye kitindamimba.

"Hallo! Asalaam Aleikum! Muna leo umenikumbuka," alisema kwa mzaha.

"Ah, baba tumekupigia kukuamkia juzi tu umesahau?"

"Mwanangu nakutamani, mimi napenda nikusikie kila siku."

"Ala hivyo," Muna akili ilifikiria upesiupesi. Aah sasa amepewa mlango.

"Basi kweli baba kama wapenda kunisikia njoo huku. Sisi twakutamani. Sisi pia tuna haki. Mbona watutupa kama jongoo na mti wake?" Akamwuliza.

"Si wajua tena mimi na safari uzee wanipa shida."

"Basi baba hunitamani? Je, hata wajukuu wako huwatamani?" Alimbembeleza.

"Nawatamani sana tena sana basi si mje kututembelea."

"Basi nashauri nyie mje huku," alisema Mzee Ali.

Mwanawe wa kiume aliposikia hayo roho ilimfa. Alijua hilo litazusha kizaazaa zaidi. Itakuwa ni kasheshe maana mke wake ndio angezusha zaidi aseme ameongezewa mateso zaidi. Wakati huo mke wake tayari alikuwa akimwangalia kwa macho makali ya simba.

"Baba sisi hatuwezi kuja wakati huu," alisema Muna huku akisingizia mume wake ana kazi nyingi sana na asingeweza kumwacha pekee wakati huo. Aliendelea kumbembeleza na kumrai mpaka baba akaona vibaya.

"Basi usilie ngoa. Pangeni na nduguyo nije tuonane."

Muna alitabasamu maana alikuwa ametumia saikolojia ya kumfanya baba yake ahisi vibaya maana alimwambia kuwa pengine ampenda mwana wake wa kiume na wanawe zaidi. Basi hapo alimpata, kwani Mzee Ali aliamini aliwapenda wana wake wote wawili sawasawa kama mboni zake za macho. Kule kuishi na mwana wake wa kiume ni kule kuamini tu kuwa mwana wa kiume ndiye wako. Yule wa kike huolewa na kujiunga na familia nyingine. Kwa hivyo, huwezi kwenda kuishi naye maisha mpaka ukose budi, kwani mtu huona anaenda kuingilia maisha ya watu. Lakini kwa mwanawe wa kiume ni kwake.

Mwanawe wa kiume alifurahi kimoyomoyo aliposikia baba yake amekubali maana alihisi angepumua kidogo. Ijapokuwa alijisemesha kuwa angekuwa na majonzi asingekuwapo baba, alijua mkewe alikuwa akisherehekea. Alijua wanawe wangemkosa babu yao kwelikweli kwani walikuwa wamemzoea sana na mazoea yana taabu. Kwa hivyo, alipanga safari mbiombio na kumsafirisha baba yake.

Kwa muda wa miezi sita alipata usono kwa maana muda huo wote baba yake

alipokuwa hayupo nyumbani mambo yalikuwa bambam. Mkewe hakuwa na kero yoyote. Maisha yalikuwa mazuri mpaka siku ile alipopata simu kutoka kwa nduguye kuwa baba yao alikuwa akitaka kurudi kwani aliona kuwa kakaa sana kwa mwanawe wa kike. Nduguye wa kiume alipoyasikia hayo roho ilimfa tena. Alijua tu kuwa udhia na kero zingeanza tena. Angemwambiaje mkewe kuwa baba yake anarudi? Je, hilo lingekuwa zogo dogo? Moyoni aliamua kutomwambia. Wacha amshtukie amefika tu maana angemwambia angeanza kutuna na mapema sana. Walipanga na dada yake kuhusu siku ya kumsafirisha baba yao ili naye ampokee.

Alitoka nyumbani kwa kisingizio hiki au kile ijapokuwa alijua alikuwa akijichimbia kaburi. Punde tu alipoingia nyumbani na baba yake aliona sura zikiwa zimembadilika mkewe. Alijibu zile salamu za mkwewe kama kwa kulazimishwa. Mkwewe hakutambua hilo kwani wajukuu wake walimkimbilia na kuonesha furaha na bashasha ya kumwona babu.

Usiku kucha, mwanamume wa watu hakuufumba kwa kekerekekere za mkewe. Na kutokea hapo basi mkewe alianza *makuruhu* yake waziwazi maana hakuficha tena kucha zake. Mara chakula cha yule mzee angekizidisha chumvi naye maskini ni mgonjwa wa presha. Mara angesema anaumwa hapiki. Mara angesikia vibaya mzee wa watu hana cha kutia tumboni. Mpaka mzee wa watu akang'amua kuwa akufukuzaye hakwambii toka.

Basi Mzee Ali alipotambua hayo, alimwita mwanawe ili azungumze naye. Mwanawe siku ile alikuwa anajitayarisha kwenda kazini na kama kawaida yake kabla hajatoka alikuwa akimchungulia chumbani kwake angaa kumpa sabalkheri. Siku ile alipotia kichwa chumbani baada ya salamu, baba yake alimwambia ana maneno naye kidogo. Mwanawe moyo ulimdunda zaidi ya kawaida na akajua tu maana alikuwa akitarajia hayo kwa vile mkewe alikuwa amezidi mno na uchimvi wake.

"Baba mambo yote sawa?" Aliulizia Mzee Ali.

Mwanzoni mwanawe alijifanya kama hakufahamu na kujibu, "Baba kwa nini unauliza hayo na kila kitu sawa tu."

"Mwanangu usinifiche maana nimeona mengi. Nawasikia siku hizi usiku mkizozana, una hakika mambo ni shwari? Na mwazozania nini mwanangu? Mkeo pia namuona kila siku aumwa hana raha baba wamfanya nini mwenzio?

Mzee Ali mwanzoni alikuwa anaona vita vi baina ya wenye nyumba. Hakujua kuwa yeye ndiye aliyekuwa sababu. Lakini siku ile mwanawe hakuweza kujizuia tena alipoona kuwa baba yake anadhani yeye ndiye anayemkosea mkewe basi alimfahamisha kuwa anachelewa kazini wangezungumza jioni.

Alienda kazini na mawazo yakimpitikia teletele. Akiomba tu kule nyumbani mambo yawe sawa mpaka arudi. Lakini kule nyuma Mzee Ali alijaribu kuzungumza na mkwewe kujaribu kugundua kilichokuwa kikiendelea ndipo hapo basi yule mwanamke hakujificha tena.

"Unaniuliza kama kila kitu ni sawa! Tena una moyo wa kuuliza na wewe ndiwe sababu ya yote," mkwewe alijibu.

Mzee wa watu maskini *alifadhaika* hakujua yalikwendaje. Imekuwaje tena kuwa yeye ndiye tatizo na maskini anajilinda kikweli kweli ili asiwe mzigo. Jinsi alivyompenda huyo mkwewe na kumwengaenga na jinsi alivyomsemea mwanawe kila siku aishi na mkewe vizuri, imekuwaje yeye ndiye tatizo?

Hapo basi utendi ulianza. Mkwewe alianza kusema kama aliyemeza kaseti, maana hasimami akisema hili na lile. Toka mzee wa watu alikuwa akisikiliza na akijibisha mara mojamoja kwa upole mpaka sasa akaanza kubabaika maana hakuwahi kutukanwa na kijitoto namna hivyo. Jasho lilianza kumtoka na akaona macho yamemfunga kiza. Alianza kuhisi kisunzi. Roho ilimtanga na hata yale maneno akawa hayasikii tena ila tu alimwona mkazamwanawe akisema kwa mdomo na ishara. Mara bwa! Alianguka na kuwa kigogo na ndiyo ukawa mwisho wake.

Mkwewe alisogelea taratibu kwa uoga mwanzoni. Moyoni alisema potelea mbali. Mkwewe ajifie pengine angempunguzia udhia, lakini pia uoga ulimshika. Alimgusagusa na kusikia bado moyo ulikuwa ukipiga na alipoona hasikii kitu alijua ashakuwa jumbi na hapo ndipo alipoanza *ukari* na kupiga kelele za uongo. Alijiliza machozi makubwa makubwa na mengi mengi lakini la ukweli halikujulikana kuwa yeye ndiye aliyemuua Mzee Ali.

Mumewe aliitwa kutoka kazini na mkewe kwa simu. Mkewe alijitia kulia kweli lakini mumewe alijua tu mkewe alikuwa analia machozi ya mamba. Kwamba kilio chake kilikuwa tu kilio cha kuwafumba watu macho. Maskini mume mtu na mtoto wa Mzee Ali hakuujua ukweli aliokwenda nao Mzee Ali kaburini.

Maswali

1. "... usinifiche maana nimeona mengi."
   a) Weka dondoo hili katika muktadha wake.
   b) Eleza sifa nne za msemaji.
   c) Fafanua sifa nne za anayeambiwa.
2. Ni nini dhamira ya mwandishi wa hadithi hii?
3. Jadili mbinu tatu za utunzi zinazojitokeza kwenye hadithi.
4. "Kule kuwa anaishi na mwanawe wa kiume ni kule kuamini tu kuwa mwana wa kiume ndiye wako." Kauli hii inaashiria nini kuhusu mtazamo wa jamii kuhusu jinsia ya kike?
5. "Akufukuzaye hakwambii toka." Jadili jinsi methali hii inavyoafiki matukio kwenye hadthi.

Said A. Mohamed

Homa ya Nyumbani

Baada ya miaka mingi ya mvutano baina ya Muradi na mkewe, Sakina, Muradi aliamua kurudi nyumbani alikozaliwa. Kusema kweli Muradi alikwishaitia mkononi tiketi ya ndege baada ya kusitasita kila siku kabla ya kilele cha uamuzi wake. Lazima Muradi arudi nyumbani. Lazima! Ulaya haikumfaa tokea zamani, haimfai leo na wala haitamfaa kesho. Kusema kweli, kwa mujibu wa Muradi, haikumfaa yeye tu bali mkewe pia na watoto wao. Ulaya haikumfaa Muradi kwa sababu baada ya miaka minane hajaiona faida yake. Ikiwa Ulaya ina faida, basi faida ndogo mno kuliko hasara. Muradi, mkewe na watoto wameshapoteza misingi ya utu, wema na ustaarabu waliotoka nao nyumbani.

Kwanza, amepoteza uananchi wake, kwani lile *gamba* la paspoti alilopewa yeye na familia yake, si lolote ila ruhusa ya kusafiri huku na kule duniani bila ya kufanyiwa matatizo katika ulimwengu huu mgumu. Gamba la paspoti haliwezi kumweka yeye na mkewe na watoto wao katika nafasi sawa za uraia wanaopewa raia wenyeji wanaoitwa Wazungu. Yeye na familia yake ni raia wa daraja ya pili kama si ya tatu. Paspoti ni bandia tu ya *danganya toto*!

Pili, Muradi amepoteza uume wake kwa sababu nafasi ya kumdhibiti mkewe imechukuliwa na serikali katika sheria kali inayodai kulinda uhuru wa mwanamke. Yeye alihisi kwamba sheria hiyo inaingilia kati ndoa za watu. Inakuwaje serikali iingilie ndoa za watu kwa maandishi ya kalamu na karatasi namna hiyo? Kulingana naye, ndoa ni *kitiba* cha watu wawili tu, haiwezekani mtu wa tatu kuiingilia. Hapo Ulaya mwanamume hathubutu hata kumlaumu mkewe iwapo kavunja *miko* ya ndoa.

Tatu, Muradi amempoteza mkewe kwa ule uhuru usiokuwa na vipimo aliopewa mwanamke. Yeye Muradi alichukia kumpa uhuru mwanamke wa kwenda pahala popote na wakati wowote bila ya kumwaga na kupewa ruhusa na mumewe. Kwa kweli Sakina alitembea bara na bahari bila ya sababu ya maana kwa mujibu wa Muradi alivyofikiri. Basi tu Sakina alitoka nje kwenda kukagua hiki na kile. Au alijiamulia tu kwenda sinema au kwenye shamrashamra za '*ma-party*' bila ya kufuatana na Muradi, mumewe. Sikwambii zile hafla za arusi alizoalikwa Sakina na wanawake wenzake aliokuwa nao kwa jina la urafiki tu. Wale wanawake ambao yeye Muradi anawachukia kwa sababu wanakuja kumtembelea na kumwiba mkewe kwenda wapi sijui. Suala hili lilimwingia na kutoka kichwani mwake Muradi, akasahau kwamba dunia aishiyo ni dunia ya sasa ambayo imebadilisha haki nyingi za wanawake na wanaume. Hata huko nyumbani kunakomtia homa nako kumebadilika mno ingawa si kama Ulaya.

Nne, Muradi alihofia watoto wake waliokuwa wakikua harakaharaka kama uyoga. Kila siku Muradi hukumbuka msemo wa busara kwamba vifaranga wa kuku ni rahisi kudanganywa *wakiposwa*. Watoto haraka huiga mambo maovu mara tu wakionjeshwa. Jiji la London ni nini basi kama si dunia nzima ya mshawasha? Watoto wakijificha nani atawafichua na kuwanusuru kabla hawajaharibika leo sikwambii kesho?

Jambo jingine kubwa alilolichukia Muradi sana ni kuwa Sakina hakupenda tena kupika wala kupakua au kuandaa meza kinyume na alivyofanya kwa utiifu alipokuwa nyumbani. Sasa Sakina alipenda kula nje ambako Muradi alihisi kwamba Sakina alitumia pesa nyingi kwa chakula haba kisichokuwa na ladha hata kidogo. Muradi alipomnasihi mkewe, Sakina alimwambia:

"Kwani Mungu hakukupa mikono ya kupika na kupakua? Unataka kila siku nikupikie mimi, kwa nini hunipikii mimi na watoto wako?"

Muradi alishangaa kwa jibu hilo la mkewe ambalo, pia, lilimfanya Muradi asiweze kufumbua midomo kumkasirikia Sakina.

Pia Muradi aliona mkewe anapoteza pesa bure kwa kununua vitu visivyo na thamani kwake yeye Muradi: nguo, viatu, mafuta mazuri, vipodozi, ving'arisho ... huku akisema kwamba anaukamilisha mwili wake. Kila siku, Muradi alimwuliza mkewe juu ya umuhimu wa vitu hivyo katika kiimbo kilichojaa ukali.

"Huoni wewe kwamba nyumba yetu sasa imejaa *pomoni*? Hatujui wapi utaviweka vitu utakavyonunua kesho. Vitu hivi vyote vina umuhimu gani?"

"Aaa, kila siku nasema nataka kuvitupa vitu nilivyovinunua zamani lakini nasita," alijibu mkewe huku anatabasamu kwa kejeli ya waziwazi.

"Utatupaje vitu vipya ingawa havina maana? Huoni kama unapoteza pesa ukivinunua huku umefumba macho?" Aliuliza Muradi kwa hamaki.

"Upya upya – unadhani mrembo kama mimi nitavaa kivazi cha jana au nitajipaka manukato yaliyopitwa na wakati?" Sakina alipasua ukweli wa mambo.

"Kwani wewe unafikiri ni nani hasa? Malkia au *mwana wa kindakindaki* hapa Ulaya?" Muradi alihoji kwa hamaki na mihemko.

"Aaa, hujasikia watu wakitamka kwamba *jogoo kasema ya kale hayapo*? Isitoshe unadhani hapa ni nyumbani kwenu kulikojaa umaskini unaonuka na kero zisizomalizika? Hapa tunapewa mshahara wa bure na *mama* ili tujimwage na tujitosheleze. Nitakubali wapi mimi kutojimwaga na kujitosheleza? Hapa ni London bwana!" Sakina alisema hivyo kwa kejeli kubwa.

Muradi alikamilishiwa uchungu na mkewe akawa hana la kufanya ila kutoweka bila kuongeza neno lake hata moja. Alisema tu moyoni mwake kuwa hayo yana mwisho!

Tano, Muradi alikiri moyoni mwake kuwa ameupoteza utamaduni wake wa fikra, wa vitu na wa vitendo aliotoka nao nyumbani. Kusema kweli hilo si yeye tu, bali mkewe na watoto wao pia. Alichukizwa sana kumwona mkewe na watoto wakivaa vivazi ambavyo yeye alihisi si vya *murua*. Pia alichukizwa kumwona mkewe kapoteza imani ya dini yake. Alihisi bila shaka mkewe aliwaambukiza watoto wao.

"Bwana, hapa hatupo Afrika, tupo..." Sakina alijibu alipokwisha kuvalia atoke nje.

"Mdharau asili ni mtumwa," Muradi alijibu kwa *kufutuka*.

"Kwa nini Ulaya ikubadilishe namna hiyo? Wao wana yao na sisi tuna yetu, Sakina," Muradi alifululiza.

"Kwa sababu msitu mpya, komba wapya," Sakina alijibu. "Lo! Unataka nijivumbike ndani kama embe bichi wakati *taji* la nchi hii limenipa uhuru na kunitengenezea mazingira ya kwenda kujiburudisha na kupoza nafsi yangu kupunguza balaa zako Muradi. Lo! Unataka nibaki na *magharibi ya roho* milele? Hilo halitafanyika bwana mkubwa. Nina haki ya kwenda na kurudi popote pale nipendapo hapa nilipo. Hata baada ya kusoma somo langu la uhuru hapa London nisingeweza tena kurudi nyuma katika kuiridhisha nafsi yangu."

"Mimi basi nimeamua turudi nyumbani, mimi na wewe na watoto wetu." Muradi alipendekeza.

"Bwana we, hatukuja pamoja hapa Ulaya. Tumekutana tu hapahapa. Leo inakuwaje wewe un'ambie mimi na watoto wangu turudi nyumbani? Unasahau kwamba watoto tumewazaa na kuwalea hapahapa pao ambapo watasoma vizuri hadi ukomo wao. Si wajua pia kwamba nyumbani hakuna elimu kuna uongo mtupu? Nawe bado unataka turudi nyumbani?" Aliuliza Sakina kwa hamasa.

"Mwanamke akishaolewa hamfuati mumewe anakotaka kwenda?" Muradi aliuliza bila ya kufikiri vyema.

"Bwana we, huo ukambaa tuliofungamana nao mimi na wewe, bora tuukate bila ya ugomvi wowote. Kuachana si kugombana ati. Waachanao huheshimiana na hata kurudiana," Alipendekeza fikra hizo Sakina kwa upole ingawa kwa wingi wa uimara.

"Unasemaje?" Muradi alitishia.

"Nimesema ukambaa tuukate na kwamba kuachana si kugombana hwenda tukarudiana," Sakina alijibu bila hofu yoyote kwani alijua sheria inamlinda yeye katika nchi hiyo.

"Unakusudia nini?" Muradi alizidi kutishia.

"Nakusudia tuukate ukambaa kwa vile naona mwenzangu unataka kuniburura kwenda motoni. Tumetoka kwetu kuja Ulaya kwa sababu kwetu kumetushinda. Sasa unataka turudi kulekule kulikotushinda? Hapana bwana. Ulaya tumefika na hapa tutaganda mpaka kufa kwetu. Sasa nakuona Muradi unataka tubanduke tuelekee motoni! Kwa nini?"

"Kwa sababu Ulaya imenishinda. Huoni kwamba hapa ndipo motoni?" Muradi alijibu na kuuliza wakati mmoja kwa sauti ya juu.

"Kuna pepo zaidi kuliko hapa na wewe bado unafikiria motoni? Ama huna macho wala masikio."

"Aaaa!" Muradi hakuweza kuiendeleza kauli aliyokuwa nayo kinywani. Alitoka nje kwa hasira bila kujua anakwenda wapi.

***

Hata alipoingia ndegeni na kuketi kitini, hakuweza kuifukuza picha ya mkewe na watoto wake. Kwa miaka mingi Muradi alimvumilia kumshawishi na kumbembeleza mkewe abadili nia ya kubaki Ulaya, lakini Sakina alibaki na msimamo uleule. Muradi aliamua kurudi nyumbani maana alijaribu mno kutia fikra za nyumbani ndani ya kichwa cha mkewe lakini bure tu. Kichwa cha mkewe kilijaa mawazo mengine kabisa. Mawazo yaliyokuwa dhidi na yake. Aaaa, watu husema: *Dau lishalozama haliibuki*. Jambo lililomzuia Muradi kurudi nyumbani ni watoto wake, maana asingeweza kuwapata kisheria. Watoto Ulaya wanakamatwa na mkono wa haki wa mama yao.

***

Ndege ilipokuwa ikiteremka kwenye Uwanja wa Ndege wa Mtukwao, Muradi alijaribu kuyakurupusha mawazo ya Ulaya yote, pamoja na yale ya mkewe na hata watoto wao. Alijua kwamba nyumbani kuna matatizo mengi, lakini nyumbani ni nyumbani. Kwani wapi ambapo hapana matatizo katika dunia hii? Wapi ambapo panatosheleza kwa ukomo wa kutosheleza? Wale wanaodhani kwamba Ulaya au Marekani ni Peponi wanaficha ukweli wa mambo. Ulaya si Peponi kwa sisi wageni, wala si Peponi kwa wenyeji wenyewe pia, ikiwa mtu ana kipimo cha fikra.

***

Muradi alipata kipigo cha nyumbani mapema pale alipokuwa akiteremka ngazi ya ndege. Ghafla alitupa jicho kwenye gari kubwa la Fuso ambalo lilikuwa limesimama pembeni pa ndege ya *Air Italia*. Gari hilo lilikuwa likipakiwa mizigo ya watalii kutoka Itali. Lilikuwa likipakiwa masanduku kwa masanduku na mabegi kwa mabegi yaliyotoka ndani ya ndege. Mara tu baada ya kupakiwa mizigo, gari hilo liling'oa nanga na kutoka nje bila ya mizigo hiyo kukaguliwa na kastamu.

Imekuwaje mizigo ile iepushwe kukaguliwa na maofisa wa kastamu? Kusema kweli Muradi angependa kumwuliza mwananchi wa kawaida pale kiwanjani pa ndege, lakini aliogopa kwa sababu aliwahi kusoma magazeti na kusikia kwenye vyombo vya habari kuwa raia wengi waliingia hatiani kwa kuuliza maswali kama hayo. Kwa hivyo, ingawa Muradi alichemkwa na uzalendo kichwani alinyamaza kimya.

Baada ya kujiepusha na sakata hiyo, alielekea sehemu ya kukaguliwa paspoti. Hapo ndipo alipofikwa na miujiza zaidi. Wale abiria wote (ambao hawakuwa wachache) waliotoka kwenye lile dege la Italia, walikuwa wakipita pale penye ukaguzi wa paspoti bila ya kukaguliwa. Muradi aliduwaa na kutoa macho akiwatazama Wataliano wakitoka nje ya jengo la uwanja wa ndege kama watu waliokuwa wakitembea barabarani. Kwa upande mwingine abiria wananchi na abiria wa nchi nyingine walikuwa wanasota kwenye mlolongo mrefu wakikaguliwa paspoti polepole. Ilipofika zamu yake kukaguliwa paspoti Muradi, aliulizwa kuhusu masuala mengi tu.

"Mbona paspoti yako imeandikwa umezaliwa Mtukwao na wewe sasa ni raia wa Ulaya?" Ofisa wa uhamiaji aliuliza katika lugha ya Kiswahili yenye *lafudhi* nzito ambayo kwa Muradi ilikuwa lafudhi mpya. Lafudhi isiyokuwa ya Mtukwao.

"Ndiyo, mimi nimezaliwa hapa mtaa wa Mbuyu Kidambwita." Alijibu Muradi kwa Kiswahili cha mjini kabisa hapo Mtukwao.

"Mbuyu Kidambwita?" Ofisa wa uhamiaji alistaajabu.

"Ndiyo," alijibu Muradi huku akichekacheka.

"Sijapata kusikia mtaa huo hapa Mtukwao."

"Labda wewe tu hujapata kusikia lakini upo mtaa huo. Au ulikuwepo hapo zama za kale. Mimi nimeondoka zamani hapa petu. Inawezekana kuwa majina ya mitaa yamebadilishwa au yamepotea!"

"Kwa nini unasema hapa petu wakati kwenu ni Ulaya? Paspoti yako inaonesha kwamba kwenu ni Ulaya," Ofisa wa uhamiaji aliuliza kwa nia kabisa.

"Paspoti ni gamba tu, lakini kwao mtu ni kwao hata ikawaje. Hujapata kusikia wimbo usemao *Masikini mtu kwao ugeni si kitu chema*? Kwani hujawasikia watu mbalimbali hapa penu wanaojigamba na kukazania asili yao ingawa wanadai hapa pao pia? Mkataa asili ni mtumwa bwana."

"Na wewe hujapata kusikia msemo wa: *Jogoo kasema ya kale hayapo*! Sasa niambie utakaa hapa petu kwa muda gani?" Ofisa wa uhamiaji alijibu kwa uhakika.

"Mimi narudi nyumbani bwana," Muradi alijibu.

"Haiwezekani, maana wewe ni raia wa nchi nyingine."

"Mimi nitaiomba serikali inipe fursa ya kurudi hapa petu," Muradi alibembeleza.

"Hilo ni jambo jingine. Na wala halimo mikononi mwangu. Sawa, nitakugongea miezi mitatu. Labda itakusaidia kurejesha uraia wako," Ofisa wa uhamiaji aligonga mhuri.

Muradi aliipokea paspoti yake na kumshukuru ofisa wa uhamiaji. Baadaye alikwenda kwenye ukanda unaobeba na kuzungusha mizigo ya abiria. Akachukua mabegi yake mawili na kuyaweka kwenye kigari cha kubebea mizigo. Kisha alisogea kwenye meza ya kastamu ili ikaguliwe mizigo yake. Muradi alipofika hapo alitakiwa kuonesha paspoti yake kwanza. Ofisa wa kastamu aliikagua paspoti hiyo na kumwuliza Muradi swali la ajabu huku akichekacheka.

"Je, unataka kukaguliwa mabegi yako au hutaki?"

"Unavyoona wewe ofisa," Muradi alijibu huku tabasamu ndogo inaning'inia kinywani mwake.

"Nenda, tutaonana nje."

"Nje?" Muradi alimaka kwa mshangao.

"Ndiyo, au unataka ukaguliwe hapa? ... Ukitaka ukaguliwe hapa itabidi ulipe ushuru mkubwa. Nje utampa pesa chache mwakilishi wangu anayeitwa John Sogora," Ofisa wa kastamu alitamka waziwazi bila *kiwewe*.

Muradi hakupenda kulipa ushuru wa aina yoyote kwani hakuchukua kitu chochote kile cha maana ambacho kingelazimu kulipia ushuru wowote. Ingawa kauli ile ya ofisa wa kastamu ilikuwa wazi, Muradi alihisi kwamba ni ngumu mno kufahamu. Hata hivyo, fikra ya kulipa ushuru nje ilimkumbusha hadithi za ufisadi alizowahi kuzisikia kwa watu mbalimbali waliofika Mtukwao. Kwa hivyo, alibaki kujiuliza tu alipe ushuru wa mizigo kwa nini? Kwa nini amepewa sharti hilo la kulipa ndani au nje? Ulipita muda wa kufikiri ambao hatimaye ulimfanya Muradi asalimu amri kulipa ushuru nje.

Nje, Muradi alisimama na mabegi yake mawili mbele ya jengo la uwanja wa ndege wa Mtukwao kumngojea mtu anayeitwa John Sogora. Aligeuka kutazama huku na huku lakini hakutokea mtu yeyote aliyemkaribia. Alisimama hivyo kwa muda mpaka akakata tamaa kumwona John Sogora asiyemjua. Lakini ghafla alimwona bwana mmoja akimsogelea.

"Bwana Muradi Timamu?" Aliuliza mtu huyo.

"Ndiye bwana." Aliitikia Muradi.

"Mimi ni John Sogora mwakilishi wa ofisa wa kastamu. Acha nikusaidie mizigo twende kutafuta *taxi*." Alikuwa akisema hivyo huku akichukua begi moja kati ya mabegi mawili yaliyokuwa yamesimama mbele ya Muradi.

John Sogora alimchagulia Muradi *taxi*. Muradi alishangaa kidogo kwa kuchaguliwa taxi. Jibu la suala hilo alilipata mara tu John Sogora alipoingia ndani ya *taxi* na kuketi. John Sogora alimwambia Muradi huku akimtazama kwa jicho kali.

"Kwa mujibu wa mizigo uliyonayo Bwana Muradi ushuru wa forodha unafika dola za Marekani mia tano. Lakini kwa sababu umekubali kulipa ushuru hapa nje, basi unatakiwa ulipe kiasi cha dola mia moja tu."

"He! Mbona pesa nyingi namna hiyo bwana Sogora? ... Kwa vyovyote vile mimi sina hata mzigo mmoja ambao kisheria unadaiwa ushuru. Vitu vyote nilivyobeba ni vitu vikuukuu ambavyo vimeshatumiwa. Si vitu vipya kamwe. Naweza kuyafungua mabegi yangu yote hapahapa nikuoneshe."

"Sikiliza Bwana Muradi. Mbona unataka tuhangaishane. Wewe mwenyewe umekubali kulipa ushuru nje. Sasa mbona unakataa. Kwa nini huna msimamo? Kwa nini hujiamini?"

"Sivyo nilivyofikiria!" Muradi alisema kwa mkato.

"Sivyo vipi? Unataka tukurudishe ndani ukalipe dola za Marekani mia tano?"

"Je, nikilipa dola mia moja utanipa risiti?"

"Unataka risiti kwa pesa chache utakazolipa? Sawa! Turudi ndani basi ukalipe dola mia tano upate risiti."

Hatimaye Muradi alifahamu mchezo unaochezwa na John Sogora. Alipandwa na uchungu na hamaki nyingi. Alitamani apige kelele kuwa *anatapeliwa*. Ananyang'anywa dola mia bila ya sababu yoyote? Lo! Kumbe nchi hii imeharibika kiasi hiki? Sikujua.

Alichukua muda wa kufikiri kabla hajatoa hizo dola mia kwani kwa vyovyote vile, isingekuwa vyema kwenda kulipa dola mia tano huko ndani alikotoka. Muradi alipata kitisho cha aina yake akifikiri kwamba nchi yake imebadilika mno. Haikuwa na tabia hii hapo zamani.

***

Baada ya kulipa dola mia na dereva kutia moto gari, Muradi alijiuliza ndani ya nafsi yake kama ile homa ya nyumbani aliyokuwa nayo itatibika au la. Alianza kupata hisia mbaya ya kwamba nyumbani alikozaliwa sasa ni Motoni. Pengine ni motoni zaidi kuliko Ulaya. Ingawa pepo ile ya zamani nchini humo haikuwa pepo aliyoiunda Mwenyezi Mungu, ilikuwa pepo kwa maana ya utulivu na ufuatiliaji wa sheria kwa watu wake. Ingawa masikini walikuwa wanateseka na kudhalilika pia lakini kanuni za sheria zilikuwa kali na pia zikifuatwa kwa kiasi kikubwa.

Lakini nchi gani maskini wasikoteseka au wasikodhalilika? Alipokuwa akijiuliza hivyo akilini mwake, Muradi aliyakumbuka maneno ya marehemu mama yake alipokuwa akinung'unika kila siku huku akilengwalengwa na machozi … *Duniani hakukaliki ahera hakwendeki*. Sasa anayasadiki maneno hayo kwa ukamilifu alipokuwa akitazama mbele kupitia kioo cha *taxi* huku akikagua mazingira machafu yaliyokuwa safi zamani. Kutia chumvi katika kidonda, baada ya kuchafushwa moyo na John Sogora, mazingira yale ya nje yalimwandama. Muradi aliyarudia maneno ya mama yake kimyakimya. Kisha alisema waziwazi ili kila mtu asikie: "Ukweli ulioje mamangu!"

Ghafla yule dereva alifunga breki. Muradi aliyeketi nyuma ya gari alijikuta anavutwa mbele na kujigonga kichwa kwenye kiti cha dereva, kisha kurudi nyuma na kujigonga kisogo kwenye kiti alichokalia. Akili yake ilirauka na kufumbuka. Macho yake yalikutana na gari lililosimama mbele yao. Lilikuwa gari lililokata njia na kuzuia magari mengine yasipite. Dereva wa gari hilo alijifanya kuwa hana habari kwamba angesababisha ajali mbaya kabisa kwa mchezo aliokuwa akiucheza. Mchezo wa kuzungumza na mtu kwa mizaha huku akicheka na kufungua kinywa wazi. Dereva wa *taxi* alimokuwemo Muradi alipiga honi mfululizo huku *akibwata* na kujiambia nafsi yake mwenyewe.

"Hivi ndivyo ilivyo nchi hii sasa. Si ile Mtukwao ya zamani iliyowafanya watu wapoe na kuburudika ingawa wakilalamika. Nchi ya watu watulivu wenye busara. Walioelimika kimaisha na kivitabu."

Kauli hiyo ilimwingia Muradi vyema ndani ya nafsi yake. Lakini alinyamaza kimya maana hakujua akisema na nani. Ndiyo, akisema na dereva, lakini dereva gani huyo asiyemjua nyuma wala mbele? Yukoje? Ana ukweli gani? Anaelekea upande gani?

Sasa Muradi alipofungua masikio zaidi alisikia mfululizo wa honi za magari mbalimbali yaliyosimama mlolongo mrefu nyuma ya *taxi* aliyokuwemo. Kusema kweli hazikuwa sauti za mchanganyiko wa magari tu, bali makombora ya matusi aliyotupiwa yule dereva aliyekuwa akitumia uhuru usiokuwa na mipaka. Uhuru wenye ujeuri kama si ujinga.

"Wewe mpumbavu," alipiga kelele dereva mmoja kwenye ule mlolongo. "Unafikiri barabara hii ni ya babako?"

"Tazama ulivyoifunga njia ili magari yote haya yasipite. Unadhani hapa upo wapi? Nyumbani kwako? Nenda kazungumze na mamechanje nyumbani. Si hapa kwenye barabara ya wananchi," dereva wa gari lililokuwa nyuma zaidi alisema kwa sauti kali kama wembe.

Lakini yule dereva aliyelisimamisha gari lake kwa kuiziba barabara yote nyembamba ya Mjimkongwe hakujali honi wala matusi ya madereva wenzake. Aliendelea kuzungumza na kucheka na rafiki yake kama kweli alikuwa nyumbani akizungumza na mamechanje.

Ghafla alifungua mlango wa gari dereva mmoja aliyesimamisha gari lake kwenye ncha ya mwisho ya mlolongo ule. Akatoka na bakora ya henzirani mkononi pake. Akapiga mbio kumkimbilia yule dereva majivuno aliyeziba njia. Yule dereva majivuno alipomwona yule dereva aliyekamata bakora anamjia yeye, alipata ujumbe wa hatari iliyomwelekea. Dereva huyo majivuno alivuta gia na kuiweka kwenye alama ya 'endesha'. Akaitumia nafasi ndogo ya kupinda, kisha akachomoka kwa kasi isiyoaminika.

***

Baadaye Muradi na dereva wake wa *taxi* walikuwa wakipita kwenye barabara ambayo hakuitambua inaelekea wapi. Ingawa yeye alipata hisia kuwa alikuwa anaelekea Mbuyu Pacha kupitia Msufini, Mferejimaringo, Kwa Biziredi, Kwa Hajitumbo na Kundemba, hakuwa na hakika kamili wapi yupo. Kama ilikuwa kweli barabara hiyo ni ya asili, basi Muradi hakuweza kuamini kama alikuwa akipita njia ambayo alijuana nayo tokea alipokuwa mtoto mdogo akienda shule ya msingi. Zamani aliifahamu njia hiyo hata kama alipita huku kafumba macho. Alifahamu kila nyumba na wenye nyumba walioishi humo. Aliwafahamu na wao walimfahamu kama mtoto wa mtaa wao.

Katika mitaa hiyo ya ng'ambu, nyumba ingawa za kimasikini, zamani zilikuwa na heba na mvuto wa uchangamfu uliojenga tamaa ya mafanikio ya kesho kwa watu wa nchi hii. Hasa baada ya kupata uhuru kutokana na minyororo ya wakoloni. Ndiyo, wakati ule hata nyumba ziliashiria tamaa ya mafanikio. Zilikuwa nyumba za mchanganyiko wa ajabu: za miti na udongo, za mawe na matofali, zilizoezekwa makuti na madebe au mabati. Zilizopakwa rangi nzuri zenye kung'ara kwa namna macho ya watu walivyozitazama nyumba hizo. Nyingi kusema kweli, kwa namna fulani, zilipata nafasi ya kuimarishwa baada ya watu kuzitia pesa mikononi. Wakati huo, pale pesa zilipoingia mikononi mwa watu *kwa bamvua*, Mungu alipoleta neema zake kwa binadamu waliweza kuimarisha makazi yao. Sasa nyumba hizi si nyumba tena kwa maana ya nyumba. Labda zile pesa zilizokuja kwa mihula ya kushitukia sasa kamwe haziingii mikononi mwa masikini hata kama wangengojea kwa miaka mia.

Alipokuwa akizitumbulia macho hizo nyumba, hakupata ishara ya mtaa hata mmoja alioujua. Ajabu ni kwamba barabara yenyewe ilikuwa imefupika na kubanika. Nyumba, kandokando ya barabara na nyingine za ndani au nyuma, zilikuwa kama watu aliowajua zamani. Lakini sasa hakuweza kuwatambua watu wala nyumba zao. Labda kwa jinsi nyumba hizo na watu wenyewe zilivyofujikafujika au kuchujukachujuka, na hata kubomoka mbele ya macho yao wakiwa hawana la kufanya. Kwa ufupi nyumba zilikuwa zimefunikwa wingu la vumbi. Vumbi lililoruka hewani lilipotimuliwa au kugeuzwa tope liliponyeshewa na mvua. Muradi aliapa kwamba mitaa hiyo na barabara au njia mbovu aliyopita, na zile nyumba zilizosimama hoi kwa uchovu na ukosefu wa kushughulikiwa kwa karne nzima iliyopita, zilifanya mandhari mapya ambayo Muradi hakuyatambua.

Hakuitambua nyumba hata moja.

Lakini si nyumba tu, bali mtu mmojammoja aliyechungulia dirishani, au aliyesimama mlangoni, au aliyeketi barazani kimyakimya kwa udhaifu – wote hakuwatambua. Pia Muradi hakujua kamwe kama wale watu walimjua yeye au la.

Baadaye alipopata nafasi za kuziona nyumba hizo kwa karibu, aliona kwamba baadhi yazo zimeziba njia za miguu alizokuwa akipita yeye kuelekea huku na kule utotoni mwake na ukubwani. Nyumba hii imeongezwa kiuno, ile imepanuliwa ua, na nyingine imeongezwa baraza mbele na kuila sehemu ya barabara. Kwa ufupi nyumba sasa zimepachanapachana, zimebananabanana na nyingine kuchubukachubuka. Alipojiuliza wenye nyumba wamepewa ruhusa na nani kusogeleana namna ile, Muradi hakupata jibu. Hata magari yaliyokuwa yakipita vichochoroni kuwachukua wagonjwa na mizigo mizito, sasa hayawezi kupenya tena.

Mbali kidogo Muradi alipoona mbuyu uliozeeka alijua yuko karibu na mtaa wao wa Mbuyu Pacha. Kwa hivyo, alikuwa karibu na nyumbani. *Taxi* ilipozidi *kujongea* alipata nafasi ya kuona hamkani ya watu: kike kwa kiume, wakubwa kwa wadogo. Watu hao walikuwa kama *wamepaukwa* kwa ama hisia za furaha au hamaki. Walikuwa wakienda huku na kurudi kule. Kwa sababu Muradi hakuwa mbali tena aliweza kutabiri nini kilikuwa kinatokea.

Kwa namna alivyoiona shamrashamra ile kwa mbali, Muradi alikaribisha fikra kwamba ile ilikuwa sherehe ya furaha ya yeye kurudi nyumbani. Hiyo kwani si kawaida ya Waafrika kusherehekea mtu wao anayerudi nyumbani? Nani asiyejua kwamba mtoto wa Kiafrika (na mtoto wa Kiafrika hata akifika miaka sabini ni mtoto tu kwa wazazi wake na wazee wa kijiji au mtaa). Mtoto wa Kiafrika, mkubwa au mdogo ni mtoto wa jamii nzima. Kwa hivyo, mtoto akirudi ugenini alikoishi kwa miaka mingi lazima ujio wake usikike kwa shangwe na vigelegele.

Lakini mara *taxi* iliposimama ili kumteremsha nyumbani, aligundua kwamba zile hazikuwa shamrashamra za furaha, bali ugomvi mkubwa wa familia mbili zilizokuwa zikipigana vigongo na kumwagana damu. Sababu (aliyokuja kuipata baadaye Muradi), ilikuwa ugomvi wa kunyang'anyana sehemu ndogo tu ya ardhi. Tena waliopigana hapo zaidi ni vijana wavuta bangi na wanaotumia dawa za kulevya ambazo siku hizi zimeenezwa katika nchi hii. Wao ndio waliopigania pande mbili kwa niaba ya wazazi wao.

Muradi alipomlipa dereva wa taxi na taxi yenyewe kuondoka, alijikuta kasimama na mabegi akitazama majirani waliokuwa wakijaribu kusuluhisha wapiganao. Muradi alijiuliza kimoyomoyo: *Kumbe bado nyumbani kuna wenye fikra za usuluhisho? Lakini ugomvi huu ulianzaje? Kwani hapa hapana idara ya serikali ya ugawaji wa viwanja na ujenzi? Mbona wakati wa ukoloni idara hiyo ilikuweko na nidhamu ya ujengaji wa nafasi ya kutosha na hata kujenga kwa kuimarisha usafi ulikuweko? Kwa nini leo wananchi wanavunja sheria za ardhi na ujenzi na serikali inawatazama hivihivi bila ya kuwachukulia hatua*? Maskini Muradi hakujua kwa muda huo mambo mengi yalikuwa yamebadilika vibayavibaya tokea alipoondoka.

Pale alipoteremka garini na kusimama na mabegi yake hakuna aliyemjali wala kumshughulikia. Kusema kweli hapakuwa na mtu yeyote ambaye alimtambua yeye au yeye kumtambua mmoja wao. Wale watu waliokuwa wakijaribu kusuluhisha walijaribu sana kuwazuia na kuwanasihi wale waliokuwa wakichochea ugomvi, lakini haikuwa rahisi. Wale wagomvi waliendelea kutukanana na kupigana virungu.

"Nyinyi wenye simu mshawapigia polisi hawa watu wanaumizana jamani," bibi mmoja mwamuzi aliuliza.

"Polisi, polisi, polisi gani? Hata kupokea simu hawapokei wakati mwingine."

***

Muradi alikuwa kapigwa na bumbuwazi. Hakujua la kufanya. Alizungusha macho na kutazama huku na kule ili kuitambua nyumba yao. Kumbe ilikuwepo mbele yake, *uso kwa uso* lakini hakuitambua. Nyumba yao, na nyumba za majirani, na mielekeo ya njia za miguu za kupita na kurudi imebadilika kabisa kabisa kwa namna ya kusogeana na kupachana. Baadhi zimetengenezwa hapa na pale na nyingine zilikuwa zimebaki kuwa magofu ya wakati uliopita.

Muradi alikuwa anajua kwamba baba na mama wamefariki yeye alipokuwa ugenini ingawa hakuja mazikoni. Lakini hakujua kwamba dada zake wawili wamefariki pia kwani hakuarifiwa kwa sababu mawasiliano kati ya ukoo wake na yeye yalikatika. Aliyebaki ni kaka yake, Muniri, anayewasiliana naye kila mwaka mara moja. Muradi alishangaa kwa nini kaka yake hakwenda kumpokea kwenye uwanja wa ndege ingawa taarifa ya kuja kwake alimpa. Muniri, (aligundua baadaye Muradi), alikuwa amejizika ndani ya kaburi la nyumba – hivyo ndivyo Muradi alivyoipa jina jipya nyumba yao baada ya kuingia ndani na kuiona hali ilivyokuwa.

***

Siku ya pili tu Muradi alimchukua kaka yake hospitali kwani Muniri alikuwa taabani kwa kila hali. Amekonda kama *ng'onda. Kanywea* kama bofu lililotolewa pumzi. Kwa muda wa miezi sita Muniri alikuwa kalala tu kitandani. Hakujiweza kwa lolote. Shukrani kwa rafiki yake Sharifu aliyechukua jukumu la kumsaidia kwa chakula na haja nyingine zinazomlazimu binadamu. Muradi aliona vibaya sana kutompelekea Muniri hata senti mmoja, ingawa alimpigia simu Muradi kumuarifu kwamba hali ya nyumbani ni ngumu kimaisha. *Lakini watu wa nyumbani hawawezi kuamini hali ya Ulaya ilivyo, si kama wanavyodhani kwamba Ulaya ni Peponi*. Aliwaza Muradi.

Walipokuwa wakirudi nyumbani kwa *taxi* waliona ajali mbaya ya gari kwenye njia panda.

"Hii ni mara ya nne katika mwezi huu mmoja ajali zilizoua watu zimetokea pahala hapohapo bila ya polisi kuchukua hatua yoyote ya kudumu kuepusha ajali hizo," alieleza dereva.

"N'nashangaa. Kwa nini haziwekwi taa za usalama barabarani," Muradi alilalamika.

"Bado, utashangaa kwa mengi hapa petu. Ngojea tu utulie," Muniri alielekeza.

"Ulaya ajali hutokezea, lakini si kwa mfululizo wa aina hii pahala hapohapo. Hatua zinachukuliwa na wanaohusika kuhakikisha kwamba roho za binadamu hazipotei bure."

"Ulaya si hapa," Muniri alitamka kwa hamasa.

"Kwa nini sisi hatuwezi kuwa hata robo ya Ulaya?" Aliuliza Muradi.

"Mpaka *makapikapi* ya ubinafsi yatakapoondoka. Mpaka tutakapoithamini nchi hii. Si kuthamini nafsi zetu."

***

Baada ya Muniri kupata nafuu na Muradi kujaribu kumeza kero za nchi yake, wote wawili walianza kufikiria mambo chungu nzima yanayowahusu wao, hasa suala la Muradi kurejeshewa uraia wake. Pia Muradi alipenda kuikagua nchi yake ili agundue vidonda vya nchi hiyo na hatimaye aweze kuwa na mtazamo mpya na uvumilivu na ukakamavu wa kujilinda yeye, kaka yake na watu wake. Muniri alikuwa akimtazama na kumchungua ndugu yake katika njia aliyopita. Muhimu kabisa kwa Muniri ni kuhakikisha kwamba Muradi atakuwa na usalama wake. Kila mara alimwambia Muradi: "Bila ya uvumilivu mtu angekufa mara moja kwa *kihoro* hapa petu."

"Lakini uvumulivu una mwisho. Mtu atavumilia mpaka lini?" Muradi alimwuliza Muniri.

"Mpaka watu wetu watakapoelimika na kuanza kudadisi na kufahamu maovu yetu ... Waswahili husema: *Mtu si mbwa*," Muniri alimfahamisha ndugu yake.

Baada ya kuyasikia maneno ya kaka yake, Muradi ulimjia *mkururo* wa maovu anayoyaona kila siku ndani ya mtaa wao na nje ya mtaa wao: uongo, udanganyifu, wizi, ulanguzi, ufisadi, ukandamizaji, unyanyasaji, uchafu wa mazingira na roho za watu, udini usiokuwa na ukweli, unafiki, uvivu na kadhalika. Kwa mfano, alipokuwa akiitengeneza nyumba yao alimwambia kila kijana wa mtaa wao aliyemwomba pesa kwamba amsaidie kazi ya utengenezaji ili na yeye awape pesa za matumizi. Lakini hata mmoja hakukubali. Hawa hawa ndio vijana wanaopita njiani kuomba pesa wakanunue 'unga'. Lakini si vijana tu, hata watu wazima ukiwapa kazi wanachagua, na wanapokubali hutaka chanzo cha pesa nyingi na baadaye wakuhangaishe kwa kazi uliyowapa kufanya. Wengi ungewakuta wameketi barabarani wanazungumza. Hujui hata vipi wanaendesha maisha yao. Wanasema kila siku Mungu yupo. Kweli Mungu yupo lakini riziki zake hazimiminiki kutoka mbinguni.

***

Suala la Muradi kurejeshewa uraia wake lilikuwa likining'inia hewani. Ingawa alikwishapeleka maombi ya kurejeshewa uraia wake, sasa miaka mitatu imepita bila ya kupata jibu lolote. Kila siku aliambiwa aombe *viza* ya ukaazi. Viza hiyo kila mara ilipatikana kwa *kuwanyooshea mkono na kuwapa chochote* maafisa wahusika. Jambo hilo lilimfanya Muradi atake kurudi Ulaya, lakini kaka yake alimnasihi kwa kumwambia: "Kwa vyovyote vile nyumbani ni nyumbani."

"Hata kukiwa motoni?" Muradi alisaili.

Siku moja akirudi kutoka sokoni kununua vifaa huku akilalamika kwamba maisha yalikuwa magumu hapa pao hata kuliko Ulaya na akikaribia mlangoni pa nyumba yao, alisikia sauti za watoto kutoka ukumbini. Hapohapo alijua kwamba amefikiwa na wageni. Mara moja alipofungua mlango wa kuingia ukumbini alijikuta amerukiwa na kukumbatiwa na watoto na mama yao. Wote waliangusha kilio huku watoto wakimwita, "Daddy, daddy ..."

Hapohapo lilimjia suala ambalo hakulitazamia kama lingetoka kinywani mwake mara moja namna hiyo.

"*Aaaa, we missed you, we missed you ...*" walisema watoto na mama yao.

"Aka! Mmerudi nyumbani?" Aliuliza Muradi huku akipuuza zile *we missed you*.

"Tumerudi nyumbani mume wangu. Maisha ya Ulaya yameharibika. Si mazuri tena."

***

Muradi alikaa na familia yake kwa muda wa siku kumi na tano. Yeye na mkewe walijadili faida na hasara za kubaki nyumbani au kurudi Ulaya, lakini kwa wakati wote huo hawakupata uamuzi mzuri. Siku ile ya kumi na tano, Mustafa, mtoto wao wa miaka sita aliamka na homa kali sana. Alikuwa yu moto mno. Jasho lilimmiminika. Pia alitapika mara nyingi, jambo lililomfanya awe dhaifu mno. Aliendeshwa msalani mara nyingi tu kwa haja kubwa. Sakina, mama mtu, alianza kuhaha na kulia akisisitiza kuwa Mustafa apelekwe hospitalini.

"Hiyo ni malaria haina haja ya kupelekwa hospitalini, maana hospitali yenyewe haina msaada wowote." Alitamka Muniri.

"Umejuaje kama Mustafa ana malaria?" alijibu Sakina.

"Ishara zinaonekana, yu moto, anatapika, anaharisha, dhaifu ..."

"Sasa unataka tufanyeje?" Aliuliza Muradi kwa pupa.

"Tukamnunulie vidonge. Ndivyo wanavyofanya watu wote hapa petu. Hawahitaji kupimwa na kuhakikisha malaria." Alijibu Muniri.

"La, haiwezekani. Lazima tupige simu tuletewe gari la wagonjwa limbebe kumpeleka hospitalini, kwani Mustafa yu hoi." Alisisitiza Sakina.

"Sikiliza, hata ukipiga simu gari la hospitali halitakuja. Mara nyingi gari hilo huwa linafanya kazi za miradi ya pesa za wakubwa wa hospitali." Alijibu Muniri.

"Mungu wangu we, sasa tufanye nini?" Aliuliza Sakina kwa hofu kubwa.

"Labda tuipigie simu *taxi* kama tunavyofanya Ulaya," alishauri Muradi.

"Hapa si Ulaya bwana ... hapa *taxi* haipigiwi simu, unakwenda kuitafuta na kwa bahati mbaya kituo cha *taxi* kiko mbali na hapa petu. Hata hivyo, siku hizi magari hayapiti ndani baada ya nyumba zetu kupanuliwa bila mpango," Muniri alifafanua.

"Basi tumbebe Mustafa," alipendekeza Sakina.

Muradi alimbeba mtoto wake kuelekea kituo cha taxi. Sakina aliandamana na Muradi mpaka kwenye kituo cha *taxi*. Muniri alibaki na watoto nyumbani.

Walipofika hospitali walimkuta muuguzi mwanamke jeuri sana. Walipomwambia kwamba Mustafa yuko katika hali mbaya, muuguzi alijibu, "Namwona, lakini kwa nini mlisitasita kumleta hospitali mtoto mpaka kafikia hali hii."

"Hatukusitasita," alijibu Sakina. "Leo asubuhi tu tumegundua kwamba mtoto ana homa kali, anatoka jasho jingi na kuharisha."

"Basi daktari hayupo kwa sasa."

"Yuko wapi?" Alisaili Sakina.

"Nitajuaje?" Nesi huyo alijibu kwa kiburi.

"Mpigie simu," alijibu Muradi.

"Anakasirika akipigiwa simu wakati wa kunywa chai," alijibu muuguzi.

"Sasa? Hakuna daktari mwingine?" Sakina aliuliza kwa hasira.

"Bibi we, usinitolee ukali. Kile ninachoweza kufanya ni kumtoa damu ya *kucheki* malaria." Nesi alijibu kwa *ufedhuli* huku akienda juu ya meza chafu kuchukua sindano ya chanjo na kigae cha kuwekea damu.

"Sitakuruhusu utumie sindano ya chanjo iliyolala kwenye meza chafu na kigae cha kuwekea damu kilichotupwa hapo ovyo." Sakina alikuwa na mshangao mkubwa alipokuwa akisema hivyo.

"Sasa unataka kunifundisha kazi yangu bibi wewe?" Alimaka muuguzi.

"Hata mtu asiyejua kazi ya hospitali anajua kuwa kuna uzembe katika hospitali hii," alijibu Sakina kwa hasira.

***

Ilichukua dakika arubaini na tano mpaka alipokuja daktari. Daktari alipoanza kumshughulikia Mustafa, aliona tayari alikuwa anaiaga dunia. Baada ya dakika mbili tatu daktari alitangaza Mustafa amefariki.

Vilio na maombolezo ya Muradi, baba mtu, na Sakina, mama mtu, vilipasuka na kuenea hospitali nzima. Kila wakati katika vilio vyao Muradi na Sakina walitangaza kwamba hopitali ile ni ya wauaji. Lakini ni nani aliwasikiliza?

Hatimaye Muradi alipokoma kulia alimwona marehemu mama yake amemsimamia mbele ya macho yake na kumwambia waziwazi: *Duniani hakukaliki, na ahera hakwendeki mwanangu Muradi.*

Maswali

1. Eleza sababu zinazomfanya Muradi aamue kurudi kwao nyumbani.
2. "... Maskini Muradi hakujua kwa muda huo mambo mengi yalikuwa yamebadilika vibayavibaya tokea alipoondoka."
   a) Fafanua mabadiliko aliyoyapata Muradi aliporejea kwao nyumbani.
   b) Fafanua athari ya mabadiliko haya kwa maisha ya Muradi.
3. "Uhuru aliofurahia Sakina akiwa ulaya haukuwa uhuru wa kweli." Jadili ukweli wa kauli hii ukirejelea hadithi ya 'Homa ya Nyumbani'.
4. *"Ulaya ambako ni 'peponi' hakukaliki, na nyumbani ambako ni 'Motoni' hakwendeki."* Jadili jinsi Muradi alivyobainikiwa na ukweli huu.
5. Jadili sifa za wahusika hawa:
   a) Muradi b) Sakina

Magayu Magayu

Magayu Magayu alizaliwa Murang'a, nchini Kenya mnamo Juni 13, 1954. Magayu Magayu ni msomi na mwandishi bora. Alipata shahada ya BED 1979 kutoka Chuo Kikuu cha Nairobi. Ana MA mbili, Moja ya Fasihi (1982) na nyingine ya uanahabari (1991), zote kutoka Chuo Kikuu cha Nairobi. Mnamo 1991 alitunukiwa tuzo ya kiusomi *Jewison* na Chuo Kikuu cha West Ontario. Kwa sasa yeye ni mshauri ya masuala ya uanahabari. Kazi zake maharufu ni ***Do You Know Anybody*** na ***A Visit to Father and Mother*** katika mkusanyiko wa ***The Winner and Other Stories.***

Je, Unamjua Mtu Yeyote

Ngugi alipoingia katika Wodi ya Kituo cha Saratani cha Hospitali ya Kitaifa ya Mung'etho na kuelekea moja kwa moja hadi penye kitanda alipolazwa Kimani, alikaribishwa na mkenuo wa meno wa rafiki yake wa zamani aliyekuwa akichomwa na maumivu makali. Hali hiyo ilimfanya aonekane kana kwamba alikuwa akimkaribisha kwa tabasamu mtu yeyote aliyefika wodini. Ngugi alimtazama jinsi mgonjwa huyo alivyokuwa akipambana na mchomo wa maumivu yale, akamuona namna mwalimu huyo wa shule ya upili alivyodhoofika na kubakia gofu la mtu. Pindi alipofikiri kwamba Kimani alikuwa amepata nafuu kidogo, aliuliza,

"Maumivu hayajapungua?"

Kimani alijikaza, kama aliyepwelewa na pumzi. "Mgu-mguu hu-huu," akasema baina ya dhoruba ya maumivu yale makali yaliyomdhurubu, "una-unauma."

Kimani alilifumbata blanketi kwa mkono uliolemaa, akausukuma polepole na kujifunua huku akijitahidi kujihimili.

"Wa-wapi Jenn..."

Ngugi alisema kwamba yeye na Jennifer, mke wake Kimani, walikuwa wamefika pamoja pale hospitalini kwa gari. Jennifer alikwenda kwenye maabara ya hospitali ile kuchukua ripoti kumhusu mgonjwa.

"Atafika hapa dakika yoyote kuanzia sasa."

Punde si punde, Jeniffer alifika lakini hakuingia wodini. Alimwita Ngugi kwa ishara ya mkono, naye Ngugi akamwendea haraka hadi pale alipokuwa, nje kwenye ushoroba.

"Wameipoteza ripoti," alisema.

"Unamaanisha nini ukisema, 'wameipoteza ripoti?'" Ngugi alisema kwa kutoamini. "Ipotee vipi?"

Wafanyakazi katika maabara walikuwa wamemwambia kwamba hawakuweza kuipata ripoti kumhusu mume wake, na kwamba kulikuwa na uwezekano mkubwa kwamba imepotea, au hata sampuli ya uchunguzi huenda haikuwafikia. Kisha akiwa ametazama mbali, mbali sana kwenye upeo wa ushoroba ule, mithili ya kiumbe kisichokuwa na mbele wala nyuma, ambacho ghafla kilijipata kimetupwa jangwani, Jennifer akasema,

"Bila shaka haijapotea. Wanataka 'kitu kidogo', yaani rushwa."

Jennifer alipokuwa akizungumza, Ngugi alihisi kitu fulani kizito na kigumu kikipanda kooni mwake, nusura kimsakame. Alibaini jinsi Jennifer alivyotamauka, huku akimkazia macho yasiyokuwa na uhai na kushindwa kupata ujasiri wa kutosha kukabiliana naye.

"Umetufanyia mengi kuliko mtu yeyote yule angeweza kufanya, Ngugi. Lakini naomba hisani zaidi. Nisaidie kwa pesa za kuwahonga wafanyakazi wale wa maabara. Mimi sina hata ndururu."

Ngugi aliuma mdomo wake wa chini kwa uchungu. Kisha alirudi wodini na kwenda moja kwa moja hadi kwa muuguzi. Akiwa amepandwa na hasira, mikono yake ikibembea na ngumi zake kuchapa upepo, alitaka kuambiwa ni kwa nini watu walilazimishwa kutoa hongo ili kupata kutendewa haki zao za kuhudumiwa. Je, haiwezekani wauguzi, madaktari na wasimamizi wa hospitali kuchukua hatua yoyote kuhusu hali hiyo?

Muuguzi yule alimsikiliza kwa makini. "Sijui," alisema. "Hospitali hii huwa hivyo. Ikiwa humjui mtu yeyote ..."

Kimani alijikunja kwa sababu ya maumivu makali ya ghafla yaliyoufanya mwili wake wote kutetemeka mithili ya jani kavu kwenye upepo mkali.

"Wewe umehi-umehitimu katika chu-o chetu ki-kuu, Ngugi. Ba-adhi ya watu mli-o-soma na-nao wanafanya ka-kazi hapa. Ha-kuna mtu ye-yote umjuaye awe-zaye ku-tusaidia ...?"

Mtu yeyote umjuaye! Mtu fulani unayemjua! Uliyesoma naye darasa moja! Jamaa wa kukusaidia katika ofisi ya umma! Mahusiano ya kijamaa kukusaidia mahali pasipo na huduma yoyote! Ngugi alihisi kana kwamba alikuwa ametukanwa na rafiki yake aliyekuwa taabani.

"Sihitaji kumjua mtu yeyote ili kuweza kuhudumiwa katika ofisi ya umma au ya kibinafsi," alisema.

Alimruhusu Jennifer kumgeuza mumewe kwenye kitanda kile ili angalau aweze kupunguza maumivu.

"Lazima tuwaone watu wa maabara," alisema Ngugi.

"Tutarudi hivi punde," Jennifer alimwambia mume wake. Alimgusa mkononi. "Kila kitu kitakuwa shwari."

Muuguzi alikuja walipokuwa karibu kuondoka na kuwapa karatasi ya maagizo ya matumizi ya dawa zilizohitajika.

"Ameandikiwa dawa hizi lakini hazipatikani hapa hospitalini. Mtalazimika kuzinunua kutoka kwenye duka la kuuza dawa mjini."

Jennifer alikipokea kijikaratasi hicho cha maagizo na kukitia kwenye mkoba wake. Alimtupia macho tena mume wake kabla ya kumwandama Ngugi ambaye

alikuwa amekwisha kutoka nje ya wodi. Hata baada ya kumfikia, watu wale wawili walitembea unyounyo kwenye eneo lote la ushoroba ule wakiwa wamefyata ndimi zao, wakashuka kwa kambarau, wakatembea kwenye ujia uliosakafiwa kwa saruji na mawe hadi kwenye maabara.

Wakiwa njiani, ilimwia vigumu Ngugi kuwazia jinsi wahudumu wa maabara walivyokuwa makatili. Alifikiria kuhusu mchango alioutoa Kimani katika jamii kama mwalimu, akawazia jinsi alivyopambana na maradhi yale ya saratani ya fupapaja kwa kipindi kirefu, na kiasi kikubwa cha pesa ambazo familia yake ilikuwa imetumia kugharimia matibabu yake. Umaskini uliokuwa umeinyemelea familia ya Kimani kutokana na kuugua kwake uliibuka kwenye mawazo yake na kumfanya akerwe bila mfano akimwona mtu akitaka hongo hadharani mbele ya rafiki yake aliyekuwa anateseka kwa sababu ya maradhi yale.

Walipofika kwenye kaunta ya maabara, Ngugi ambaye alikuwa na hasira za mkizi alijizuia na kujidhibiti. Alitia mikono yake miwili kwenye kaunta ile na kuigongagonga taratibu ili kuteka makini. Mfanyakazi mmoja msaidizi pale maabarani, mfupi wa kimo, aliyevalia jaketi iliyoonekana kunasa *maumbile yake tipwatipwa* alifika na kuuliza iwapo kulikuwa na chochote cha kufanyiwa wahudumiwa.

"Tuna mgonjwa," Ngugi akaanza huku akitamka kila neno kwa uwazi kadri ilivyowezekana. "Wodi ya wagonjwa wa saratani. Sampuli ilitolewa kwenye ini lake kwa minajili ya kufanyiwa uchunguzi..."

"Hakika," msaidizi yule wa maabara akamkata usemi haraka. "Mwanamke huyu alikuwa hapa na tukamweleza kilichotokea: sampuli hiyo wala ripoti haionekani popote."

Ngugi alisukumiza mikono yake kwenye kaunta. "Tazama, aisee," akasema kwa upole, na kabla ya kusema kwa sauti akiwa amekaza meno yake, "mgonjwa anakufa na ..."

Jennifer aliganda kama kigaga huku akifumba kinywa chake kwa konzi za mikono yake. Mwanamume yule wa maabarani aliondoka na kuingia katika ofisi. Alimwacha Ngugi akiwaka kwa hasira na kujizungumzia kwa sauti. Alikuwa amewaona watu wengi sampuli ya Ngugi hapo kabla.

"Tupe ripoti!" Ngugi alisema kwa sauti. Alipaaza sauti huku akisema kwamba hospitali ile ilikuwa ni taasisi ya umma, na kwamba watu walilipa ushuru kuikidhi pamoja na kuwalipa mishahara wafanyakazi wa maabara. Nayo mishahara hiyo iliwawezesha kuwalisha wake zao pamoja na vimada wao – na kwamba ulikuwa ni ukosefu wa maadili kutaka hongo kutoka kwa mwanamke maskini kwa minajili ya kumpatia ripoti ya mume wake mgonjwa.

Jennifer alijaribu kumkanya, lakini akawa ameyatia masikio yake nta na punde alipomaliza, yule msaidizi wa maabarani alirejea tena. "Ripoti imepotea," alisema, bila kughadhabishwa na matamshi ya Ngugi. "Ikiwa unafikiri kwamba kuna ukora fulani kuhusu ripoti hiyo, unaweza kuwapasha habari polisi." Alitoweka tena.

Ngugi na Jennifer walizikazia macho rafu na benchi zilizokuwa na chupa za sampuli za uchunguzi pamoja na michanganyiko ya kemikali. Harufu ya maabara isiyokuwa ya kawaida ilikuwa kali sasa katika hali ile ya mtamauko wao. Jennifer alikonyeza jicho na wakaondoka nje ya maabara na kusimama kwenye uwanja wenye nyasi zilizotunzwa vizuri ili kuwazia hatua ya kuchukua.

Walikaa tutwe kwa kitambo kirefu huku vichwa vyao vikipambana na mawazo.

Kisha Jennifer alimwuliza, "Ngugi, unafikiri kwamba mume wangu ataishi?"

Swali hilo lilimgutusha Ngugi kutoka kwenye lindi la mawazo yake. "Ndiyo, Jennifer. Tafadhali usiiruhusu hali yake ikusumbue sana ..."

Aliivuta ncha ya skafu yake hadi usoni. "Uliwaambia kwamba anakufa."

Akaangua kilio, machozi yakamtiririka mashavuni mithili ya maji ya mito ya milimani huku akiumauma ncha za vidole vyake. Ngugi alimshikilia, katika juhudi za kumtuliza. Alipotulia, alichukua kibeti chake na kuchomoa noti mbili za shilingi hamsini.

"Nenda ukaichukue ripoti," akasema huku akimkabidhi pesa zile, na kubaki bila chochote. "Nitakusubiri papa hapa."

Alitembea hadi kwenye barabara ya wendamiguu na kuketi kwenye jiwe. Alimtazama Jennifer akitembea kurudi maabarani na kwa mara ya kwanza akabaini jinsi alivyokuwa amesawijika tangu afya ya mume wake idhoofike. Alitembea sasa kwa kujiinamia na wala hakuwa na nguvu na uwezo wake aliofurahia si kipindi kirefu kilichokuwa kimepita. Uso wake, hata hivyo, uling'aa kwa urembo hata ingawa alikuwa amebugia miaka thelathini na sita na kuzaa watoto wanne.

"Hawatapokea pesa hizi," alisema mara tu aliporudi. "Wanadai hawapokei hongo. Lakini naweza kukuambia, Ngugi kwamba wanakuogopa. Hawana hakika iwapo huu ni mtego tunaowawekea. Lakini sikulaumu wewe kwa msimamo wako. Sijui tutafanya nini."

Mtu fulani alivuruga mazungumzo yao kwa kuwasalimia. Alikuwa mwanamume *kimbaumbau* mwenye umri wa takriban miaka ishirini na mitano. Jennifer alimtambua mara moja kama mmoja wa wanaume waliofanya kazi katika maabara ingawa hakuwa amejishughulisha naye moja kwa moja. Mgeni huyo alichukua pakiti ya sigara kutoka mfukoni mwake. Alitia moja midomoni na kumpa Ngugi nyingine. Ngugi alimwambia kwamba hakuwa mvutaji wa sigara na kumshukuru.

"Nitawasaidia," mwanamume huyo alisema baada ya kuwasha sigara na kuanza kuivuta huku akiachilia wingu kubwa la moshi. "Lakini ikiwa tu mtashirikiana nami. Ninaweza kuipata ripoti.

"Lakini si ripoti imepotea!" Ngugi alidakia.

Jennifer alimgusa mkononi, kumtaka ampe muda jamaa yule aendelee kujieleza. Mwanamume yule alisita kwa muda kabla ya kumwambia Ngugi.

"Mwaona, siwajui nyie watu na wala nyinyi hamnijui. Ninataka kumsaidia mwanamke huyu kwa sababu ninajua kwamba ameteseka si haba."

"Na wewe ni nani?" Alimgeukia Jennifer.

"Sema nasi wawili. Anaitwa Ngugi. Rafiki wa familia. Amenisaidia sana, labda kuliko jinsi mtu yeyote yule atakavyowahi kunisaidia. Sijui tungalifanya nini bila yeye."

"Mimi ni Kavisi. Kavisi Musyoka. Mimi ni karani katika maabara." Kavisi alisema. Watu wa maabara waliogopa kupokea pesa kutoka kwa Jennifer kwa sababu ya hasira za Ngugi. Huenda alikuwa amewawekea mtego.

"Nitawaibia ripoti ya matokeo kwa masharti kwamba mtaliweka siri jambo hili nisije nikamwaga unga – kwa kuipoteza kazi yangu hasa. Hata hivyo, mtalazimika kusubiri kwa saa nyingine mbili au kitu kama hicho hadi saa kumi na moja wakati ofisi zitakapofungwa. Nitabaki katika kitengo cha usajili cha maabara na kuinyofoa wakati wenzangu na wakubwa wangu watakapokuwa wameondoka."

Jennifer aliona mwanga hafifu wa matumaini. "Nafikiri atatusaidia," akamwambia Ngugi. Ili kuepukana na balaa ya kushukiwa kuwa mnyofoaji wa ripoti kutoka kwenye faili za serikali na kushirikiana na wageni hospitalini kufanya udanganyifu, Kavisi alipendekeza kukutana nao katika kituo fulani walichokubaliana mjini. Wote walikubaliana kwa kauli moja kukutana Mihang'o City Bar saa kumi na moja u nusu za jioni.

"Tumekwisha kukubaliana," Kavisi alisema huku akigeuka kujiendea zake. Ghafla alisimama, Jennifer alipomwita kwa kumpungia mkono. Alifungua mkoba wake na kutoa kijikaratasi kile cha maelezo.

"Unafikiri tunaweza kupata dawa hizi katika hospitali hii?" Msaidizi yule wa maabara aliizima sigara yake kwa kuiminya kwa vidole vyake. Alikiangusha chini kile kipande cha sigara na kukivyoga kwa kiatu chake.

Alikiangalia kwa makini kile kijikaratasi cha maelezo, "Ninaweza kujaribu. Lakini hii inahusu kitengo cha *famasia*. Watataka kitu."

"Hela ngapi?" Jennifer aliuliza.

"Sina hakika," Kavisi alisema huku akifanya makisio. "Inategemea ... kwenye duka la kuuza dawa hii inaweza kukugharimu shilingi 250. Hizi ni dawa zilizothibitiwa, kumbuka."

Alisita. "Una mia?"

Ngugi aliingilia kati: "Utataka pesa ngapi kwa kunyofoa ripoti?"

"Nilisema kwamba ninamsaidia mwanamke huyu," Kavisi alikariri.

"Ninaweza kukupatia pesa utakapoleta dawa?" Jennifer akauliza.

Kavisi alikanusha kwa kutikisa kichwa, "Hawatanipa dawa bila pesa." Jennifer alimkabidhi zile pesa alizopewa na Ngugi.

* * *

Ngugi na Jennifer waliketi karibu na meza pembeni ndani ya Mihang'o City Bar. Walifika mahali hapo mapema kabla ya saa kumi na moja jioni. Ngugi alitaka kwenda hadi ofisini mwake mjini alikofanya kazi kama mshauri wa masuala ya uchapishaji na kufanya kazi kidogo kabla ya kuja kukutana na Kavisi; lakini alihisi asingeweza kufanya kazi yoyote. Tukio lile maabarani lilivuruga akili zake na bado hakuamini kwamba alikuwa ametoa hongo. Aliketi huku mikono yake aliyoikunja ngumi ikishikilia kidevu chake, akikaza macho yake kwenye mlango wa baa, ingawa haoni kitu. Mbele yake kulikuwa na bia nusu chupa.

Jennifer aliketi upande wa pili wa meza, mikono yake ikiwa kifuani na *sawijiko* kutawala uso wake. Mara moja moja, aliunyoosha mkono wake mmoja kuchukua glasi ya *Fanta* iliyokuwa mbele yake.

"Mume wangu lazima awe anashangaa kuhusu kilichotokea," alisema.

"Tunapaswa kupeleka ripoti kabla ya daktari kuondoka,"Ngugi alisema. "Na dawa pia. Anazihitaji kwa dharura kwa sababu ya maumivu. Nataraji kuwa Kavisi atatimiza ahadi ya kufika kwa wakati ufaao."

Hawakumtambua Kavisi mara moja alipoingia kwenye baa ile. Alikuwa sasa amevalia jaketi *iliyompwaya.* Walimwandama kwa macho yao alipokuwa akija walikokuwa wameketi. Alipofika, alivuta kiti na kuketi, huku nao wakijaribu kusoma habari njema au mbaya kwenye uso wake. Lakini hawakuweza kubaini chochote kutoka kwenye uso wa Kavisi.

"Mmesubiri kwa muda mrefu?" karani yule aliuliza.

Alitoa sigara zake, akawasha moja, akatupa njiti na kuachilia wingu kubwa la moshi. Watu wale watatu hawakuweza kuonana vizuri kwa sababu ya moshi ule uliotanda hewani, na kwa mara ya kwanza, Ngugi alijipata akimvumilia mvutaji sigara ambaye alionekana kutojali kabisa maslahi ya wasiovuta sigara karibu naye.

"Si sana," Jennifer asingeweza kudhibiti dukuduku alilokuwa nalo kwa muda zaidi. Aliinama kumwelekezea kichwa chake na kumwuliza iwapo alikuwa amefanikiwa. Kavisi aliachilia wingu jingine la moshi wa sigara. Akalegeza vifungo vya jaketi yake na kutoa nakala ya ripoti na dawa kutoka katika mfuko wa ndani. Alivipitishia chini ya meza kumkabidhi Jennifer. Akavipokea kwa tahadhari na kuvitia katika mkoba wake kwa uangalifu. "Asante sana Kavisi. Mungu akubariki."

Ngugi alimwita hadimu wa baa na kumwagizia Kavisi bia. Aliichukua bia yake binafsi, akajaza glasi yake tena, na kupiga mafunda makubwa kisha akameza. Aliyasikiliza mawazo yake yaliyozunguka kwa kasi kichwani mwake huku bia ile ikiteremka kooni na kutua tumboni na kisha kusambaa hadi mishipani. Ladha yake ilikuwa ya bia kamili kuliko ladha ya bia nyingine alizowahi kunywa kwa muda mrefu.

Baada ya kumkagua kwa muda wote huo, Jennifer alimwuliza Kavisi ni kwa nini alikuwa ameamua kuwasaidia. Karani yule wa maabara alimjibu kwamba alikuwa amemhurumia tu baada ya kuona jinsi alivyokuwa amesumbuka maabarani.

"Nimewahi kuona watu wakifa katika hospitali yetu kwa sababu ya kutomjua yeyote. Ndugu yangu binafsi alifariki njia hiyo hiyo kabla sijaajiriwa katika hospitali hiyo," aliongeza,

"Lazima hatua fulani ichukuliwe kuhusu hali hii," Ngugi alisema, huku akisimama.

"Naam ..., " Kavisi alisema, bila kujua kilichohitajika kufanywa. "Nafikiri ikiwa unamjua mtu fulani, uko sawa; sasa mnanijua mimi!" akatabasamu.

Jennifer naye alikuwa amekwisha kusimama. "Ni lazima tuondoke." Hali ya anga nje ilikuwa imebadilika sana. Mawingu mazito meusi yalitanda angani, na mingurumo ya radi ilitishia kuuporomosha mji, nao mmuliko wa radi ukionekana kwenye upeo wa macho. Upepo wenye kibaridi chembamba uliokeketa mifupa ulivuma vuuvuu na kutoa sauti ya mluzi huku ukisababisha mawingu makubwa ya vumbi.

"Mabadiliko ya anga yaliyoje!" Ngugi alishangaa.

"Sipendi ngurumo na vimulimuli vya radi," Jennifer alisema.

Waliingia kwenye gari la Ngugi na kuelekea hospitalini kwa kasi.

* * *

Aliingia wodini kwanza, huku Jennifer ambaye alikuwa kashikilia mkoba wake uliokuwa umebeba ripoti ile pamoja na dawa akimfuata nyuma unyounyo. Lakini kwa mara ya kwanza kwa muda wa wiki kadhaa hakukaribishwa na meno ya Kimani yaliyokenuliwa kwa sababu ya mchomo wa maumivu makali. Kitanda kilikuwa kitupu – bila mtu yeyote. Mzee mmoja kwenye kitanda jirani aliwaangalia wakiuliza maswali kwa macho yao kabla ya Ngugi kumuuliza.

"Yuko wapi?"

"Mtu wenu hayupo hapa," mzee yule alijibu.

"Ati nini?" Ngugi alitweta.

Ngugi na Jennifer walipiga hatua wasiyokuwa na hakika nayo kuelekea penye mwanamume yule.

"Mgonjwa wenu alifariki yapata ..."

Mkoba wa Jennifer ulidondoka chini. Alipiga mayowe mara moja, halafu akaanguka sakafuni.

Ngugi alihisi kana kwamba alitupwa ndani ya sanduku dogo la chuma ambalo lilifungwa ghafla. Machozi yalimlengalenga lakini hakujishughulisha kuyafuta. Hata katika hali hiyo, aliweza kuona mkoba wa Jennifer na ripoti ile pamoja na dawa - ambavyo sasa vilitapakaa kote sakafuni.

Wauguzi walimnyanyua Jennifer kutoka sakafuni na kumpeleka katika chumba kingine. Mzee yule naye alijaribu kujiinua kutoka kitandani.

"Pole," alimwambia Ngugi. "Ninajua alikuwa rafiki yako uliyemthamini. Kwa juhudi kubwa, aliinama kana kwamba alitaka kumkaribia Ngugi kumnong'onezea siri."

"Si saratani iliyomuua. Ni wazo kwamba hakumjua yeyote mahali hapa wa kumsaidia."

Mwanamume yule alijibwaga tena kitandani.

(Hadithi hii iliandikwa na Magayu Magayu kwa Kiingereza kama "Do You Know Anybody?" nayo imetafsiriwa hapa na Enock Matundura.)

Maswali

1. Eleza suala kuu linalojadiliwa katika hadithi.
2. "Si saratani iliyomuua."
   a) Weka dondoo hilo katika muktadha wake
   b) Jadili ukweli wa kauli hiyo.
3. Jadili maovu matatu yanayojitokeza katika hadithi.
4. Eleza sifa za wahusika hawa:
   a) Kavisi b) Ngugi
5. Eleza matumizi ya taharuki katika hadithi.

Pauline Kea Kyovi

Pauline Kea Kyovi ni miongoni mwa waandishi wa kike walioibuka kwa kishindo katika ulingo wa uandishi wa fasihi ya Kiswahili hivi karibuni. Ana shahada ya uzamili kutoka Chuo Kikuu cha Kenyatta. Miongoni mwa kazi zake ni ***Kipenda Roho na Beluwa*** pamoja na hadithi kwenye diwani ya hadithi fupi ya ***Maskini Milionea na Hadithi Nyingine*** iliyohaririwa na Ken Walibora.

Mdharau Biu

Ya mgambo iliapo, bila shaka jambo lipo. Alipotuita ofisini mwake msimamizi wa kitengo cha habari cha Kiswahili nilijua palikuwepo na dharura. Tulipoingia ofisini kwake hakutuzungusha ila alikwenda kwa mada moja kwa moja.

"Wangwana, kipo kisa cha mtoto fulani ninachokitaka gazetini kabla hakijapoa."

Nilimwelewa vyema Bwana Juma. Mtu wa maneno machache na matendo kocho. Nilikijua pia alichokitaka.

"Ni nani atakayenunua kiporo? Watu wanataka habari motomoto" alitukumbusha kila uchao.

Alipomaliza kutupa maagizo ya kazi yetu na kutuelekeza pa kwenda hatukusita. Tukachukua zana zetu na kufululiza shughulini.

Tulipowasili, Salma alikuwa akicheza na watoto wenzake. Shughuli zao zilikuwa chungu nzima. Nyingi kuliko za kumbikumbi msimu wa vuli. Mwenyewe alikuwa anahesabu: *wahed*, *thnein*, *thalatha*, *aroba*, *hamsa*, *sitah*, *sabaha* ... Kabla hajatamka tarakimu ya mwisho tukamkatiza.

Wenzake waliokuwa wakisubiri *ashara* itamkwe wajitome mafichoni wakavunjika mioyo walipotuona. Wengi wao hawakuweza kuficha hisia zao. Zilijianika wazi nyusoni pao. Lakini tuliwaelewa. Watu wanasema mgeni njoo mwenyeji apone lakini kwao ilikuwa kinyume. Huenda kwa muda uliopita walikuwa wamezuriwa sana. Pengine walikuwa wamezishiba ziara za aina hiyo. Walihitaji sitara yao. Tofauti na wenzake, Salma alionekana kutuchangamkia sana. Alikuja mbio alipotuona na kutupa shikamoo yetu.

"Mwataka kunihoji sio?"

Hakungoja tuitikie salamu.

"Marahaba!" Lemi, mpigaji picha wetu, ndiye aliyejibu. Alijibu huku akiinama kuupokea mkono wa Salma.

"Naitwa Salma," alijitambulisha binti wa watu.

Ilishangaza namna alivyotusafia nia mtoto huyu wa ajabu. Katika umri wake huo mbichi wa miaka kumi hivi, ujasiri wake huo ulikuwa umekithiri. Haikuwa ya kawaida tabia yake hiyo. Ama pengine mazingira yake na changamoto zilizomzonga zilikwisha mkomaza mapema? Miji ina pilikapilika nyingi zinazoweza kumnoa mtu kabla ya siku zake. Lakini mbona Salma peke yake? Vipi akawa na kauli za utu uzima hivi ilhali umbo alichukua la mtoto? Kimyakimya maswali haya yalizitesa sana hisia na fikira zangu.

"Nami naitwa Roni na mwenzangu hapa ni Lemi. Tumekuja utusimulie kile kisa kilichokupata ukienda shuleni," nilijielezea kwa kina.

"Njooni muwasalimie wageni!" Salma aliwasihi kwa matao.

Alionekana kama analikimbia ombi letu na kugeukia kuwaita wenzake waliomtii kama nabii. Kundi la wenzake likatujia wanguwangu. Wengine wakidhihirisha woga wao mwingi, mwingi kuliko wa kunguru.. Wote *vibacho* pekupeku.

"Huyu ni Naomi. Huyu hapa Lucia, Lina, Khadija na Pato. Lina ni dadangu," alifululiza mwenyeji wetu.

Kwamba Lina ni dada'ake lisingetiliwa shaka. Kwa sura walilandana mithili ya shilingi kwa ya pili. Walakini kwa hulka kila mtu alikwenda njia yake. Lina alionekana mnyamavu sana, mtaratibu na mdadisi wa kutumia macho tu. Yote haya yalidhihirika alipofungua kinywa kunena. Hakusema zaidi ya salamu.

"Shikamoo," aliilazimisha kauli yake.

Nasi tukaitikia lau kumtia shime ya kusema lakini ng'o, halikutoka neno jingine kinywani mwake, si la kheri wala shari. Hata hivyo, Lina alionekana mkubwa kuliko dada'ake, pengine miaka miwili zaidi hivi. Ajabu ni kwamba wale watoto wengine walitunyoshea mikono tu. Hawakufungua vinywa. Labda hawakutaka kuonyesha kimbelembele kwani pale hapakuwa nyumbani pao.

Salma kamwe hakutujuza uhusiano wake na watoto hao wengine. Jambo ambalo halikutuhangaisha. Tukachukulia kuwa hawakuwa wa nasaba moja. Bila shaka walikuwa masahibu wake, na kwa sasa mashabiki wake kama tulivyokuwa sisi. Mlengwa wetu alikuwa Salma, wengine tulijihusisha nao kwa ajili ya urasmi wa mambo tu.

Tulipofanikiwa kumtenganisha na wenzake, haikuwa vigumu kukipata kile kilichotupa ari ya kuingia njiani. Ni kama aliyetutarajia tangu hapo. Alianza kutusimulia mara moja tukio lote bila kusita. Hakuuma ulimi wala kumeza mate. Hakutupa hata nafasi ya kumdadisi zaidi. Nasi tukampa sikio na jicho tu huku tukinasa sauti yake. Sauti thabiti japo ya kitoto. Salma alitupakulia kila kitu. Kama yupo aliyetaka kuongezea, pengine angeharibu uhondo tu. Kisa chake hicho kilikuwa cha kuhuzunisha, kusisimua na kutisha. Mtambo wangu ulikuwa karibu mno ukifanya kazi yake. Lemi naye hakuwa limbukeni. Mitambo yake ya picha ilikuwa bandarini. Kisa kikanoga.

Alitupa taarifa yote kwa tafsili. Yaelekea kuwa kule kuibuka shujaa katika kisa kilichomfika kulimwongezea ukakamavu. La. Hapana. Bila shaka. Lakini huenda wanahabari waliotutangulia walitufagilia njia. Au, tuseme mazoea ya maisha ni elimu bora. Safari yetu wakati huu ilikuwa tambarare tupu. Chakileti na vijizawadi vyetu vingine vya pesa nane tulivyomchukulia Salma havikuongezea thamani iliyodhamiriwa. Salma alivikataa katakata.

"Sina ruhusa wala si heshima kutwaa vitu vya watu. Wakubwa wangu wamenikataza kula vitu vya watu. Si tabia nzuri kikwetu," alishikilia Salma.

"Acheni niwahadithie yaliyonifika jana ili nende zangu kuteza kibe," alitufafanulia Salma huku akisema maneno mengine kwa lahaja ya Kimvita. Hofu yake kuhusu kupoteza muda wa mchezo wao ilidhihirika wazi. Kama mtoto mwingine yeyote, Salma alilipa suala hilo uzito uliostahiki .

Salma alikuwa tayari amegonga vichwa vya habari katika mitandao ya kijamii. Picha zake zilizagaa kotekote.

"Tuelezee Salma," nilimhimiza.

Baadaye niliketi na kufanya kama ilivyo ada na wajibu wa mwanahabari yeyote yule. Nilihariri. Pa kutiwa chumvi nikatia. Pa kudondoa nikadondoa. Na pa kuunga pia nikaunga. Almradi kisa kiwe kitamu. Lemi naye alizitia picha mahala mwafaka. Natumaini sikukiboronga kisa cha Salma. Hivi ndivyo kilivyosimuliwa katika gazeti letu la *Nuru Leo.*

Mdharau Biu Hubiuka; Kisa cha Msichana Salma

Salma alirauka kuliko desturi yake kwenda shuleni. Haikuwa kwamba alipenda sana kushindana na majogoo kurauka na kujihini misono. La! Hasha. Ni kwamba tu lisilo budi hutendwa. Ilikuwa alfajiri yenye baridi kidogo ya majira ya kipupwe pwani. Si baridi shadidi kama ya bara. Mkoba wake wa vitabu alivyobeba ulikuwa na uzito zaidi ya vitabu anavyobeba kwa kawaida. Mzigo aliouchukua haukumpendeza hasa kwa mtoto wa umri wake. Salma alilemewa ungedhani aliichukua dunia nzima. Mwendo wenyewe nao haukuwa mchache kutoka kwao nyumbani hadi steji.

Salma alifika stesheni akihema kama mbwa anayetoa ulimi nje kwa kiu. Hakuwa peke yake. Walikuwa wengi. Wanawake kwa wanaume, wakubwa kwa wadogo. Wote azma yao ikiwa moja – kusafiri.

Salma alikuwa na haraka ya kufika skulini. Kwa hivyo, hakulisubiri gari lolote mahususi. Lolote lile lingemfaa bora haja yake itimie. Mkata hana hiari aidha mbuzi wa kupewa mtu haangalii kinywani. Yalikuja magari mengi ya rangi na maumbo tofauti. Yalikuwapo yenye maandishi ya kuvutia na pia yaliyoandikwa maneno ya kufisha mitima. Mengine yalikuwa ya kuchorwa picha za kiunguungu na kishetanishetani. Yote njia moja, lakini namna ni tofauti na hatima ni tofauti. Kelele nazo usiulize za muziki na za kivinginevyo. Ni nani asiyeielewa hali ilivyo katika usafiri huu wa umma? Mengi yakapita kama risasi na mengine yakasimama na kuchukua abiria. Hatimaye likawasili la kumchukua Salma - kinasibu tu.

Gari dogo aina ya matatu – nisani. Mwanzoni waliruhusiwa kuingia watu wawili walioonekana nadhifu sana. Aliyewachagua ni manamba wa steji. Halafu akafungua dirisha awaelekeze watakapoketi. Kama si kwa huruma ya wasafiri wenye utu siku hiyo pengine Salma asingediriki kuiona milango ya shule. Kilomita nne ili afike 'Banati Academy' si za kuchezea eti!

"Mwacheni mtoto aingie. Mbona hivyo nyinyi," alilalama mama fulani alipoona utingo anataka kumfungia mlango Salma.

"Hawa hawalipi mama," alilalamika utingo.

"Nitamlipia, mwache aingie," alizidisha utetesi wake mama huyo mwenye kani.

"Ulipe nini? Gari lenyewe limejaa pomoni. Tunafinyana hapa utadhani tu ndizi mkunguni. Tunazokupa hazikutoshi?" Alishambulia mzee mwafulani.

Wengi walipoingilia hoja, utingo akanywea.

Salma alipoingia alisimama katikati ya viti vya pili kutoka nyuma ya gari hilo na kuutua mkoba wake. Bahati ni kila mtu na yake. Na haiwekewi chambo kama kamongo. Salma aliwaacha wenziwe wengi. Wengine wa shule yao na wengine wa shule jirani ya Ushindi Academy. Hata Naomi na Lucia walisalia stanini. Ikawa ni kila mtu afawe na bahati yake. Lina na rafiki zao, Khadija na Pato, walikuwa na bahati ya mtende kuota jangwani. Wakitupa jiwe kutoka nyumbani kwao lingeanguka shuleni. Hawakupitia dhiki hii ya Salma, Naomi na Lucia. Pengine waingizwe kwenye mkondo wa fanaka ya maisha pindi mtaji utakapoiruhusu mifuko ya wavyele wao. Kwa sasa chanda chema kilivikwa pete. Salma alipewa kipaumbele kwa kuwa alikuwa ameonesha umahiri mkubwa masomoni. Akahamishiwa shule iliyotangaza matokeo mazuri kila mwisho wa mwaka, na wanafunzi wake kujiunga na shule za upili tajika za taifa.

Wapo katika Banati Academy waliobahatika kupelekwa shuleni na kuchukuliwa nyumbani kwa magari ya kifahari ya watu binafsi. Hao ni waliozaliwa wakiwa wamefumbata bahati viganjani. Lakini si Salma ambaye wazazi wake hawakuwa na uwezo huo. Wapo pia waliolipiwa nauli kwa shule ili gari la shule liwasafirishe shuleni na nyumbani. Salma na wengine kama yeye wazazi wao wasingeimudu gharama hiyo. Na hivyo ndivyo dunia ilivyo.

Gari lilipong'oa nanga nusura Salma ang'oke meno kwa kujigonga kwa chuma cha kiti. Akashikilia na kuung'ang'ania kama kupe. Gari nalo lilishika kasi. Halikujali miinuko wala miteremko. Ghafla bin vuu gari likasita dereva alipofunga breki ghafla kwa dharura. Tairi zilisugua lami na moshi ukafuka. Harufu ya mpira unaoteketea ikashamiri. Halahala, utingo akashuka na kuelekea upande wa dereva. Dereva akafungua dirisha wakanong'onezana kitu. Mara utingo huyo akarejea garini katulia mithili ya sanamu. Akanywea. Yaliyofuata baada ya hapo si ya kusimuliwa. Yanasemwa tu kwa kuwa…

"Pu!" Ulisikika mlipuko.

"Hands up!" Aliamrisha mshika bastola. Kijana jamali anapata miaka kumi na saba hivi. Watu wengi garini wakatulia kuliko maji mtungini. Wakaingia baridi kwa hofu. Mikono juu. Yamkini hawa waliuelewa kwa uzuri ujumbe wake. Kina mama wawili wakataharuki sana na kushindwa kujizuia. Mmoja alipiga kamsa na mwingine kuzirai. Huyu wa kufungua mdomo alijichongea. Jamaa mmoja mweusi kama makaa, mrefu mwenye misuli iliyojengeka vizuri ndiye aliyemfundisha adabu. Akatoka alikokaa na kumwendea mlengwa wake, aliyeketi nyuma ya kiti cha dereva. Akamzaba mama huyo makonde na makofi mazito. Mama akafyata ulimi.

Dereva alikuwa ameshikiwa bastola na binti mrembo aliyekuwa ameketi sako kwa bako naye. Binti wa watu huyo aliyetia tabasamu nzuri usoni pake saa zote na ya kuvutia kwa kila aliye na ndevu ndefu ndiye aliyegeuka kuwa dira yao. Akamwonesha nahodha njia. Naye dereva akatii. Ushikwapo shikamana.

Katikati ya gari upande wa dirishani mkono wa kulia aliketi mama mtu mzima. Mvi zimemwota kichwani. Amini usiamini, ajuza huyo ndiye aliyewaokotea 'ngawira' majambazi hao.

"Haya wanangu chapuchapu. Toeni kila cha gharama mlichonacho nyanya awawekee." Alitangaza bikizee huku akijisukumiza garini humo na mkoba wake wa kuchakaa. Ikawa ni kama mchezo wa kuigiza mle garini. Sarakasi chambilecho!

"Na wewe! Kua haraka utuchumie riziki." mama huyo alimsuta Salma na kumsukuma nyuma mkikimkiki.

Ajabu ni kuwa nyanya huyo alikuwa na nguvu nyingi kuliko ilivyotazamiwa.

Kila mtu garini alifanya bidii ya dhati katika kulitekeleza agizo hilo isipokuwa mwanamume fulani ambaye baadaye Salma alimtambua kwa jina la Rafu kwenye kituo cha polisi. Na kwa sababu yake risasi nyingine ilifyatuliwa. Kuona yanamchachia hata naye akapunguza pupa na kusalimu amri.

Salma alituliza kiwiliwili chake kwa muda wote huo. Lakini nafsini aligaragara kama mtu aliyedungwa mwiba na nyigu. *Akatia na kutoa. Alipopata jawabu akatia mkono mkobani mwake na kufanya jambo ambalo halikutarajiwa na yeyote. Hakuna aliyeshuku kitu aliposhusha mikono na kuinama. Kwa wale majahili Salma hakuwa wa maana. Hafupishi wala harefushi!*

Salma aliitia mikono yake mkobani kwa woga huku akitetemeka. Mikono ilipoibuka ilikuwa imeshika kitu. Na kabla ya kuamua la kufanya, risasi iliponyoka ghafla. Ikamdara kidogo yule Mama mtumzima Mkusanya Pesa sikioni. Damu ikamchiririka. Risasi hiyo ikagonga paa la gari na kushukia kwenye taya ya bi mrembo aliyekaa karibu na dereva. Naye uchungu uliomvaa ukamlazimisha kushikilia kovu lake. Kila mmoja garini akashikilia mtima wake. Hata wale wezi. Hata Salma mwenyewe ambaye hakuutazamia mlipuko huo. Nguvu ya kuchomoka kwa risasi ilimsukuma nyuma akasukasuka lakini alijikaza asianguke na, hata hivyo, hakuanguka! Salma akajikusanya mara moja na kulazimisha kauli.

"Hands down!" Salma aliamuru huku akihema.

"Bunduki zote chini mara moja." Alijihisi kama alikuwa akiigiza filamu fulani ambayo alikuwa amewahi kuitazama. Alijiona kama mhusika mmoja shupavu sana wa video anazopenda kutizama kaka yake mara kwa mara usiku na wikendi wazazi wao wakiwa wamesafiri. Ajabu ni kuwa wote waliitikia amri ya Salma kama inavyokuwa kwenye sinema na walivyoitii ya janajike lile Mama mtumzima Mkusanya Pesa. Akapata nguvu za kuendelea. Amri ya pili na ya mwisho ya Salma ndiyo iliyotamatisha vurumai hiyo na kuwasalimisha.

"Dereva, gari lielekee polisi!" Aliamua amirijeshi Salma.

Dereva alitii kwa mchanganyiko wa hisia lakini furaha ilipiku. Abiria wengine nao alhamdulillahi ziliwatawala kimoyomoyo kwa kuona kuwa wamevuka salama. Ilikuwa ni kama ndoto kwamba mioyo yao ilikuwa ingali ikiwadunda. Yule nyanya akajaribu kufungua dirisha, Salma akamwelekezea bastola. Akatulia.

Lazima kila mmoja wao mle garini alitekenywa na maswali mengi na tofauti na ya mwenziwe kuhusu matukio hayo pamoja na watekelezaji.

Mwendo wa takriban dakika tano kwa wale manusura ulihisika kama wa karne tano. Ajabu ni kwamba wale wahuni walichanganyikiwa kiasi cha kuwa hawakujaribu tena kusema wala kutenda jambo. Wakawa wameungama kama nguzo za umeme. Kufika kituoni walipokelewa kama wageni watarajiwa. Umati wa watu tayari uliwasubiri. Yaelekea habari zilisafiri kasi kama pepo za Kusi na kuwatangulia. Ni nani ajuaye yanayoweza kutendeka katika enzi hizi za utandawazi? Waliamrishwa kushuka mikono kisogoni. Wote wakaitikia kama waumini. Hapana aliyethubutu kukaidi.

Walipotua tu, washikadau muhimu wa kisa na mkasa wakachukuliwa juu kwa juu na kimbunga cha polisi. Walishikwa mmoja mmoja wakitupwa nje ya gari na kuamrishwa walale chali. Wakavuliwa viatu na vingine vinginevyo. Wakafanyiwa pekisheni kila mahali. Aliyeleta kichwa akaoneshwa kilichomtia tausi rangi kwa mateke na ngumi. Ikawa vurumai si vurumai. Silaha zilizokuwa chini garini ziliokotwa na kuchunguzwa, hazikuwa na risasi. Salma naye akaagizwa kuweka yake chini na kunyanyuliwa mara tu alipotii. Abiria wote wakasindikizwa seli chini ya ulinzi mkali. Mahojiano ya kina yakaanza mara moja. Salma akaketishwa kitini katika chumba cha faragha na kudadisiwa.

"Waitwaje?" Alisaili afisa.

"Naitwa Salma," alijibu binti wa watu huyo kwa woga wa panya aliyefumaniwa na paka uchagani akitafuna mahindi.

"Umeipata wapi bastola Salma?"

Salma hakupewa muda. Hapakuwa na saa za kupoteza. Alipochelea kujibu alitiwa kofi akili ikamzunguka.

Ungedhania afisa amefungua kituo fulani maarufu cha habari. Kwikwikwi zilikoma. Machozi yakakauka. Salma akajibu swali lake kwa maelezo ya kina.

"Bastola hiyo nilichukua jana usiku kwenye chumba cha kulala cha Moha. Ilikuwa ndani ya mto wake. Sikuitafuta. Nilikisia tu ipo kwa kuwa siku nyingi nimezipata bastola za aina aina nikimtandikia kitanda. Wajua kakangu huyu hunilazimisha kumfanyia mambo. Mama na baba wakimpa kazi na kwenda zao, huzifanya mimi. Amenionya kuwa nikimshtaki atanionesha kilichomfanya nyoka akose miguu. Siwezi kumghadhabisha Moha. Namjua. Ana roho ya mnyama. Laiti ungalijua yaliyomfika kijakazi wetu Muna ...," maneno yalimtoka katikati ya kwikwi zilizomrejelea.

"Alifikwa na nini?" Alirukia afisa.

"Moha alimpa kichapo kumfunza adabu akalowa damu mwili mzima." Alijibu Salma.

"Kwa nini?"

Kwa kile Moha alichokiita kurefusha mdomo. Moha kadai kijakazi kajiingiza katika mambo yasiyomhusu. Muna alijidai kumtetea Lina baada ya Moha kumkaripia bure bilashi. Amini usiamini hatukulala usiku huo. Muna alifungwa mdomo asitoe sauti yoyote nasi tukapewa onyo kali. Mama na baba walikuwa wamesafiri bara. Hakuna aliye na habari hizi hadi leo. Hata mlinda lango wetu, Mlingo, hazikumfikia. Muna alipoulizwa na mama kilichomvimbisha uso alisingizia ajali.

"Nilianguka vidarajani nikipanda ghorofani."

Moha alijidai malaika. Ni kama hakuna lolote lililotendeka. Watajuaje makuruhu anayoyatenda nao wako <u>bizzi</u>? Wakitoka kabla ya Mashariki wanarudi baada ya Magharibi. Mara nyingine Moha humwonea Lina sana. Kwa kuwa yeye ni mtu wa kujihurumia humkomboa mimi tu!

"Ulimtandikia kakako kitanda jana usiku Salma?" Alihoji afisa huyo wa kike kwa sauti iliyojaa dukuduku huku ametegea kinasasauti chake barabara.

"La hasha!" Alikana Salma.

"Na ulijuaje alikuwa na bunduki?"

"Si waliuawa watu wawili juzi karibu na steji hii yetu ya Sokomjinga?"

"Kwa hivyo ...," hakukamilisha afisa.

"Nikajua bila shaka kuwa Moha ana bunduki. Kila wakiuawa watu siku hizi kwa risasi lazima niione bastola ndani ya mto wa Moha," Salma alidakia.

"Na kwa nini basi ulichukua bastola hiyo Salma. Wewe ni mtoto huna ruhusa ya hata kugusa bastola." Alishutumu afisa.

"Lakini Moha pia ni mtoto. Ana miaka kumi na sita tu! Hana kitambulisho. Mimi nilichukua bastola ili asiitumie kuua watu. Inaweza hata kuwaua mama na baba wakitoka kazini. Mimi si mtoto mdogo, najua hiyo bastola ya Moha ilitumika kuwaua watu hao tu! Hata kama sina ushahidi. Labda Moha ameiiba au pengine wale marafiki zake wabaya wanaomchukua usiku wamempa hiyo bastola. Siwapendi marafiki zake hao. Baadhi ya mijibaba hata haina haya kumdanganya mtoto. Lakini Moha pia si mtoto mzuri."

Salma alipomaliza, machozi yalikuwa yakimtiririka. Alikuwa akijaribu kwa kila hali kujizuia kulia lakini akashindwa. Kilio cha jazba kilikuwa kimemchukua. Kifua kikipanda na kushuka mkupuo mmoja.

"Tulia Salma. Nina swali moja tu la mwisho ... Bastola yenyewe ulikuwa waipeleka wapi Salma?" Alihitimisha afisa kwa swali.

"Nilikuwa nampelekea mwalimu wa darasa letu Bi. Zubedi. Alisema kuwa yeyote akiwa na tatizo lolote lile amwendee. Hii bastola ilikuwa tatizo kwangu. Huoni wewe? Na Bi. Zubedi ni mzuri sana. Ana roho nzuri ya huruma na najua anaweza kumwekea mtu siri yake. Sikutaka Moha ...," Salma alishindwa kumaliza. Maneno yakamsakama kooni na kwikwi kuchacha.

Salma alikuwa amemaliza yote. Iliyobaki ni sheria kumwamulia hatima yake. Yaelekea kidole cha lawama sasa kilielekezwa upande wa Moha japokuwa wajuzi wa lugha husema: anayeshikwa na ngozi ndiye mwizi. Salma alikuwa amejitetea vilivyo. Haikuchukua muda Moha mwenyewe akafikishwa kituoni. Tayari pingu zi mikononi. Wasemavyo wajuzi wa mambo ni kwamba, mkono wa serikali ni mrefu.. Wazazi wao walifika wakifuatana kama kumbikumbi. Jitimai iliwavaa nyusoni. Baada ya mashauriano na polisi Salma aliruhusiwa kusema nao. Akawakimbilia na kuwakumbatia huku akilia kwikwikwi. Hakuna kati yao anayesema kitu. Mama mtu machozi yalimchirizika. Baba naye alijitahidi kufungia chozi. Pengine chozi la majuto? Chozi la mdharau biu?

Maswali

1. Jadili sifa za Salma zinazojitokeza kwenye hadithi hii.
2. "Jamii anamoishi Salma kuna matatizo mengi." Jadili huku ukitoa mifano kwenye hadithi.
3. Jadili jinsi mwandishi wa hadithi hii alivyofanikisha matumizi ya misemo katika kazi yake.
4. Je, ni kwa nini Moha alibadilika na kuwa 'mtoto mbaya' kwa mujibu wa Salma?
5. Onesha matumizi ya taharuki katika hadithi.

Ali Abdulla Ali

Ali Abdulla Ali ni mzawa wa Wete, Pemba. Ana stashahada ya ualimu katika masomo ya sayansi na jamii kutoka Chuo Kikuu cha Ualimu cha Nkrumah. Baadaye alijiunga na Chuo Kikuu cha Sydney, Australia ambako aliongezea stashahada nyingine ya ualimu (Dip. TEFL). Amewahi kuandika hadithi fupi kadha wa kadha kama vile ***Mwanamke, Mwenye Pupa**, na **Machupa**.* Aidha hadithi yake ya ***Mizizi na Matawi*** imejumuishwa kwenye diwani ya hadithi fupi ya ***Damu Nyeusi na Hadithi Nyingine*** (iliyohaririwa na Ken Walibora na Said A. Mohamed).

Pesa Zangu, Je

Hali ya hewa ilitibuka ghafla. Upepo mkali ulivuma na *kubwaga* miti, *pamwe* na kuezua mapaa ya nyumba. Muda mfupi baadaye, upepo ukatulia (kama haujawahi kuvuma), labda, *kutoa shambi* kwa lile wingu zito lililofinga na kuning'inia na kisha kumwagika na kuacha athari yake kila mahali. Kama husadiki, tupa jicho lako kule mabondeni uone maji yalivyojazana na kuenea kila mahali. Nyumba zilikuwa zikipigana papatupapatu na mikondo ya maji iliyozivamia na kuzihujumu kwa kushitukiza. Zikawa zinatapatapa kutafuta jinsi ya kujiokoa.

Hivyo vilikuwa vita vya kufa na kupona. Nyumba zisizokuwa na hali hazikuwa na budi kusalimu amri. Hizooo zikaenda na maji. Hebu niambie, tangu lini nyumba za udongo zikahimili vishindo?

Baadhi ya walalahoi walipanda juu ya miti na mapaa ya nyumba *kurapia roho*. Katika hofu ileile ya kupoteza maisha, walikuwa wakivisindikiza kwa mboni vitu vyao vilivyokuwa vikiwapungia mkono wa kwaheri. Vijitanda vya mayowe, vigodoro vya usumba na usufi, viti, vijikabati, viji-TV, visanduku vya nguo, matambara na vikorokoro vingi vingine. Huo kamwe haukuwa muda wa kutaabikia vitu vinavyosombwa na maji. Kila mtu alikuwa *akirabirabi nafsi* – Yarabi, nafsi yangu! Kama vitu vyapatikana, na roho nazo!

***

Mzee Kakatima alidamka mapema, kama kwamba naye alikurupushwa na tsunami iliyofumuka kutoka kwenye rojo la bongo lake. Na tsunami yenyewe ilikuwa ikizidi kuumuka kila dakika ungesema ilikuwa ikimwagiwa hamira.

Ya tatu leo hajaramba kilepe Kakatima. Fikra zilizomzonga kamwe hazikutaka kumpa usingizi. Macho yake yanayopiga *uzafarani*, akili yake inayohangaika na hayo mawazo yake yaliyovurugika – vyote hivyo vinalenga kitu kimoja tu – pesa zake!

Atawezaje kuzipata shilingi zake milioni tano? Milioni tano mzaha! Nyingi sana kwake na hataweza kuziachilia vivi hivi kwa hali yoyote ile. Yuko tayari *kutafuna jongoo kwa meno na kumeza saha lake.* Na kweli, maana katika hili, Kakatima hataki masihara na mtu. Wala huna la kumwambia. Utamwambia nini juu ya pesa zake? Na kisha, mara nyingi alikuwa akiapa na kujiapiza. Aaa, piga, ua hatasikia lolote! Si la mwadhini wala la mtekamaji msikitini.

Subira nayo ina mwisho wake. Miezi sita ya kusubiri imepita kama karne sita. Tamaa imemkimbia Kakatima, na imani yake inazidi kuyeyuka. Kila anapomwangalia mdeni wake anaona kiza. Hakuna mwanga wowote unaoashiria angalau dalili chache tu za kulipwa deni lake.

***

Faraji anajua kuwa dawa ya deni ni kulipa. Na alilijua hilo tangu mapema. Yeye anafahamu fika baba yake anavyozijua pesa. Kwa hilo si wa *kuchera* yeye. Alitaka amlipe tu japo naye alikuwa na haki katika pesa anazodaiwa. Zinatoka katika kampuni ya '*Kakfar*', ambayo ni shirika lao – Kakatima na Faraji. Vipi tena imwajibikie Faraji kuzilipa pesa zote tena kimbwa au kinguruwe?

Ingawa Faraji alitamani sana apate pesa za kumlipa baba yake lakini haikuwa rahisi hivyo, maana kutamani ni kitu kimoja na kupata ni kitu kingine. Na tangu lini hasa mja kupata alitakalo? Hupata ajaliwalo tu.

Mara ngapi Faraji amemfahamisha mzee wake juu ya mbio anazopiga kumtafutia pesa zake? Anazisaka kila mahali. Tena kwa udi na uvumba. Mchana na usiku. Kisha, kama vile haitoshi, alijaribu sana *kumsihi* na kumbembeleza baba yake azidi kumsubiria kwani subira ni ufunguo wa heri. Lakini wapi! Kwa Kakatima, subira ilikwishaota mbawa zamani na mbio za Faraji zilikuwa sawa na zile za sakafuni zinazoishia ukingoni.

Kakatima na *kiwi* chake cha macho, hakuona kingine isipokuwa pesa zake. Pesa zake tu hakuna kingine. Pale vitakuro vyake vilipogonga mwamba, ndipo Kakatima alipopata rai kutoka kwa Bi Kiroja. Na rai ya bibi huyu kwa mumewe daima ilikuwa mjarabu. Chachu ya kumuumulia mambo yake. Bi Kiroja ndiye aliyekuwa mshauri wake mkuu bwana huyu. Kitu gani Kakatima atakachoambiwa na Kiroja wake akakipuuza au asikiamini? Hata angemwambia bahari ina sukari Kakatima asingekuwa na haja tena ya kuionja.

Kakatima hakurudi nyuma. Alikubaliana na Bi Kiroja kwa asilimia zote. Kampatia rai mwafaka. Kilichobaki ni utekelezaji wake yeye Kakatima. Kumtupa kijana wake kwenye kucha za sheria. Kucha zitakazombiginya kijana huyo mpaka pesa zake *zikopoke*. Potelea mbali, yeye hatajali kama pesa hizo zitatoka kwa damu au usaha.

***

Mtu hukunyima tonge, hakunyimi neno. Na pia asiye na wake ana Mungu. Hatimaye, habari hizo zilizibua masikio ya Mzee Rasabu na Makihe. Kwa kweli wao hawakupendezwa asilani na uamuzi wa Kakatima. Wakahisi pengine angeweza kuubadilisha msimamo wake kama wangeongea naye, kwa maana, roho mwenziwe tamaa. Kwa nini afikie kiwango cha kuchukua hatua kubwa vile kwa jambo kama hili? Pesa tu. Pesa ina thamani gani mbele ya damu yake?

Ndipo walipoamua kumkabili Kakatima na kumpiga vibao vya nguvu. Vilikuwa vibao vya nasaha na kumwomba azidi kutafakari. Walimwomba azingatie kwa kina juu ya swala hili na hatua anazonuia kuzipiga. Na wala asiishie hapo. Ajiulize mwenyewe, je, ni nani kwake huyu anayetaka kumkomoa?

Hata hivyo, wazee hao waliishia kujuta. Na tangu hapo basi majuto ni mjukuu, huja kinyume. Hekima na busara zao hazikufua dafu kwa Kakatima. Bure tu. Ilikuwa kama waliompigia mbuzi gitaa. Nasaha na rai zao hazikuambulia chembe ya nafasi katika akili ya Kakatima. Japo wao walielewa kuwa jina si mboje lakini kwa huyu Kakatima walikataa katakata. Wakakiri kwake limepiga ndipo.

Yumkini, wazee wale walipiga mbali. Ndio maana walitaka kumtoa Kakatima tongo za macho ili naye aweze kuona hatari ya uamuzi aliopania kuuchukua. Lakini ajabu ni ileile moja. Asiyeona haoni akioneshwa! Katu Kakatima hatarudi nyuma. Hasa kwa vile rai hiyo imetoka kinywani mwa Bi Kiroja. Aliiona kama lulu iliyotoka tumboni mwa chaza.

Lakini huyu anayemdai si mtoto wake mwenyewe Kakatima? Tena, huyohuyo mmoja tu kama dawa. Na kisha, mtumwa wake. Mwaka jana tu hapa alikuwa hoi bin taabani, mguu kaburini. Nusura nduli ampore na kumtupilia kuzimu. Akawa anaanza kumuusia Kakatima. Alikuwa tayari mahututi. Hakuwa wa mguu wala mkono. Je, kama si huyu kijana wake, Kakatima angekuwa mja wa nani?

Ni nani aliyekuwa akiinuka na kuanguka naye katika mashakili hayo? Nani aliyemsafisha baada ya kujirovya rovurovu haja zake zote – kubwa na ndogo? Nani aliyemfulia na kumbadili nguo? Nani aliyemkorogea uji wa kufunda na kumnywesha kwa ncha ya upawa kama mtoto? Nani aliyekesha naye na kusikiliza miguno na miuguo yake? *Mhuu, Yallah we, Mtume wangu, mama naumia, nafa mie, siponi jamani. Yarabi, nisamehe Mola wangu*! Nani aliyemlea kama kikembe wakati wa ndwele hiyo? Nani aliyemtendea hili na lile hadi akapata faraja Kakatima? Si huyuhuyu Faraji? Ama kweli, *livushalo si dau*.

Hata Bi Kiroja mwenyewe kipindi hicho *alimbari* mumewe. Hakumjua kwa heri wala kwa shari. Dalili za ndwele ya mumewe zilipoanza kuchimbuza tu, Bi Kiroja aliingia mitini. Alikokwenda alikujua mwenyewe mwanamke. Toba sikio enh! Nasikia mume hakumtia mkewe jichoni mpaka pale bibi huyo alipotia yakini kuwa mumewe ana nafuu. Pale alipoanza kujisotora na kufanya vikazi vyake.

Kisha leo uje usikie kuwa ni Bi Kiroja huyo huyo anayemshauri mumewe kumfunga mtoto wake wa kumzaa mwenyewe. Aaa, na kama hayo ndiyo mapenzi basi nami sitakataa ukiniambia *kipendacho moyo dawa, kikataacho mauti*. Au hata *moyo wa kupenda hula nyama mbichi*. Hebu niambie, kama hapo pamebakia nini tena?

***

Hatimaye, Faraji alichukuliwa na polisi na kupelekwa kituoni. Baada ya kusaini karatasi ya maelezo aliwekwa rumande – kijumba cha mahabusu. Siku iliyofuata, Faraji alipandishwa kizimbani. Kesi yake iliendeshwa upesiupesi. Jambo hili liliwashangaza wengi. Labda kwa vile halikuwa jambo la kawaida. Kesi ngapi zilichukua miaka na mikaka? Kila siku zikipigwa tarehe. Mahabusu wangapi walioozea jela? Na wengine wangapi waliofia gerezani hata kabla ya wao kuhukumiwa? Katika kesi hii, haikosi, kuna mtu aliyezunguka mbuyu. Si ukweli wa hukumu tu na mkono wa mtu upapo.

Miezi mitatu baadaye, hukumu ilitoka. Hata hivyo, Kakatima hakuichangamkia hukumu yenyewe. Aliiona mahakama nzima ikimcheza shere. Kakatima hakulitegemea hilo la kifungo. Lilikuwa farka kabisa na ndoto zake. Ziko wapi pesa zake? Yeye alikuwa na uhakika wa kupata pesa zake pale mahakamani. Ndio maana hukumu ile *ilimghumisha* Kakatima ilipotolewa. Akamaka kwa shauku na kumwuliza hakimu, "Pesa zangu, je?"

***

Hapana aliyetambua kwa nini siku hiyo Kakatima alitoka kwake mapema vile. Mungu tu ndiye aliyejua. Kakatima aliushindika mlango wake kwa nguvu. Baada ya hayo, aliupenyeza ufunguo kwenye tundu ya kitasa na kuuzungusha hadi aliposikia korokocho ta … ta … ta! Mara tatu nzima. Aliushika mkono wa kitasa na kuuvutia chini huku akijaribu kuusukuma mlango. Ulipokataa kufunguka alihakikisha umekomeleka.

Baada ya hayo yote Kakatima hakubanduka. Aliganda palepale kama ndege aliyenaswa kwenye ulimbo mkali. Alisimama kitambo mfano wa ile sanamu ya askari pale mtaa wa Samora. Alionekana kama mtu aliyekuwa akitafakari jambo zito. Mathalan, Mwenyezi Mungu alivyouumba ulimwengu na malimwengu yote.

Mawazo mazito yalifufurika kutoka sehemu fulani ya bongo lake na kutapakaa katika kichwa chake kizima. Yalimjia wanguwangu mawazo yenyewe. Alikumbuka kila kitu kama jina lake. Kakatima, alikuwa mbele ya kioo cha televisheni akiangalia mkanda wa video aliourekodi kwa mkono wake. Mlolongo wa mambo ulipopiga fundo kichwani mwake aliisikia sauti ya yule hakimu. Ilikuwa nyembamba lakini wazi na kali.

"Mahakama hii inampa mshtakiwa adhabu ya kifungo cha mwaka mmoja jela na kazi ngumu."

Na mara ile, ikamjia sauti yake mwenyewe (yeye Kakatima) ikimwuliza yule hakimu katika hali ya kutamauka.

"Pesa zangu, je?"

Kauli (ya kiume) ya Kakatima iligongana na ile (ya kike) ya hakimu. Akasikia kishindo kikubwa kama cha radi kikimpasukia kichwani mwake. Ghafla, kiza kilimgubika, miguu ikamfukutika na kumcheza. Hatimaye, miguu yake ilishindwa kumbeba kwa kukosa nguvu, ikamwachia. Lo, Kakatima alikula mweleka wa nguvu!

***

Kile kishindo ndicho kilichomkurupua mpangaji wa nyumba ile. Akatoka mbio nguo mkononi kuelekea nje. Lo, Kakatima alikuwa amenyooka kama gogo la mnazi pale kizingitini! Shoti jasho likimtoka mwili mzima na mdomoni kipovu kikimkatika. Nyuma, alipiga mizinga mfululizo huku pumzi zikimpita njia mbilimbili na kuforota mithili ya ng'ombe anayekula kisu – fooo … fooo … fooo!

Mke wa Kakatima alikuwa hayupo. Kajiondokea zamani gani Bi Kiroja? Angojee ushahidi wa nini tena? Aaa, si yeye bibi! Labda mwingine. Bi Kiroja alijua jinsi ya kuzicheza karata zake. Siku hizi wanasema kukaanga mbuyu ….

Kazi yake ilikuwa ni kumtia pampu mumewe ili ampige kabari kijana yule mpaka alipe deni. Pengine, Bi Kiroja alikuwa bado akisumbuliwa na jinamizi lake la ukewenza. Kwa maana wake yeye ulikuwa ugonjwa, si wivu. Kila alipomwona Faraji alikuwa kama aliyemwona Bi Kilulu, mke mwenziwe. Ajabu lakini na labda ajabu ya ukewenza. Bi Kilulu mwenyewe angalau angekuwa hai basi. Maskini, ameshatangulia mbele ya haki zamani gani!

Lakini yote tisa, kumi, Bi Kiroja alikuwa mjinga kiasi gani hasa hata asiweze kudhukuru kuwa *zobe na msuwele* ni wamoja? Bi Kiroja ndiye aliyemshikia shokoa Kakatima ili apambane na Faraji – yai lake. Hakujali yeye kama ng'ombe na mbuzi ni wamoja mtu mbali ni kondoo. Akamsaidia kwa kila hali kutengeneza mazingira ili lengo lake litimie. Sijui lakini. Pengine Bi Kiroja aliyavalia njuga kwa vile yeye ndiye aliyetoa mtaji wa kufungulia kampuni yao – yeye Kakatima na huyo mwanawe.

Alipohakikisha kila kitu kimeiva bibie akajitia nyendoni. Huyoo … mpaka Bwagamoyo kwenye nyumba yake ya kupumzikia. Huko, alinyoosha miguu buheri hamsa wa ishirini akikoga pepo mwanana zilizomwagika kutoka kwenye Bahari ya Hindi. Bi Kiroja alikwenda huko kuubwaga moyo wake na kweli ukabwagika. Hakupatia teke mjini mpaka aliposikia kuwa Faraji keshapigwa kalenda na kazi ngumu. Roho yake kwatu, nyeupe kama karatasi.

***

Taxi iko wapi? Yule mpangaji alimkimbiza baba mwenye nyumba hospitalini. Hata hivyo, baba huyo alikuwa na sudi njema. Ndio kwanza leo madaktari wamerejea kazini baada ya mgomo wao uliositishwa kwa masharti.

Leo, katika nchi nyingi za Kiafrika utawasikia watu wakisema kuwa ati udaktari (kama ualimu) ni kazi ya wito. Hata kama, lakini sheria na huruma. Je, wangewezaje madaktari (au hao walimu) kufanya kazi ilhali serikali haziwalipi mishahara yao kwa wakati? Haziwapi malimbikizo ya nyongeza zao wala posho zao za kujikimu. Wakati wa mgomo huo watu wengi si haba waliteketea – hasa wazee, wanawake na watoto wasiokuwa na hatia.

Kutoka mapokezi, Kakatima alipelekwa moja kwa moja hadi ICU. Mkono wake wa kushoto ulichomekwa sindano iliyounganishwa na mpira ulioning'inia kutoka kwenye chupa ya nailoni nyeupe. Baada ya hapo, yule mpangaji aliona aukamilishe wajibu aliokuwa ameuanza tangu kulipokucha. Alijipapasa mifukoni mwa suruali yake lakini asikigundue alichokuwa akikitaraji. Ndipo alipofululiza hadi mapokezi. Hapo, aliomba simu na kuwapigia jamaa zake Kakatima.

***

Habari za kifo cha Kakatima ziliwashangaza wengi. Je, ni Kakatima yupi aliyefariki? Yule waliyemfahamu wao au mwingine?

"Si juzi tu hapa alikuwa na kesi na mwanawe?" Kila mtu alijiuliza kwa mshangao, "Vipi tena imekuwa?"

Kikubwa kilichowalemeza walimwengu kilikuwa sababu ya kifo chake. Nini kilichompiga ghafla Kakatima na kumpeleka jongomeo - uchungu wa mwana au pesa zake?

***

Jela aliyofungwa Faraji ilikuwa inasifika kwa mateso na kazi ngumu. Wanyapara wake walikuwa wababe sana. Hawakuwa na ubishi na wafungwa. Mfungwa akichakarisha atakula virungu mpaka aseme basi. Na siku hiyo kitonge chake kitamezwa na mnyapara.

Mwezi mmoja tu tangu afungwe lakini mtazame alivyopauka Faraji. Mfupa na ngozi. Mwili wake uliojaa ukurutu na vidonda ulikuwa umekonda kama ng'onda. Kulalia kirago mchezo? Kabakia kichwa tu Faraji na mbavu zinahesabika. Shoti katoka kabisa machoni. Yule pale mtazame alivyotumbukia ndani ya sare ya jela – kaptura ya kaki na shati la mrekani lililotobolewa shingo ya debe. Magondi nje na miguu bata. Je, unamwonaje wewe Faraji? Si kabakia jina tu?

Alikondea mengi Faraji. Kazi ngumu na mateso ya jela. Ukiwa wa kutengana na ua lake la faraja, chambilecho William Mkufya. Kisha, kinakuja ki-Jaha, kile kikembe chao. Na hiki ki-Jaha kilikuwa kidonda chake Faraji. Anakipenda kuliko roho yake. Mangapi hayo?

Jingine, ni fikra za baba yake. Nazo hazikuacha kumpekecha na kumtafuna ndani kwa ndani. Japo yeye ndiye aliyemfungisha lakini Faraji aliona ule ni mtihani tu. Na mitihani yenyewe tumeumbiwa sisi waja. Moyoni mwake aliitakidi kwa dhati kuwa yeye ni mtoto wa Kakatima. Kakatima ndiye baba yake Faraji, awe atakavyokuwa – mwema au *muwi*. Kwa waliomzuru gerezani, Faraji alionesha shauku kubwa ya kutaka kujua habari za baba yake. Na kila walipomuaga hakusahau kuwabebesha vikapu vya salamu za baba yake.

Siku ya siku … hakuwa na hili wala lile Subira. Alikuwa bado akiendelea na subira yake ingawa ngumu subira. Alikuwa amejituliza tuli pale ukumbini pake. Yupo pale tu alikuwa. Yeye na kikembe chake. Anajipumbaza nacho ingawa maskini leo hakina raha ki-Jaha. Kinasumbuliwa na kitumbo chake cha mshipa.

Subira aliona heri akipe dawa kitoto chake. Ndipo alipokitia mgongoni. Akatwaa kibia na kipande cha kachiri. Kisha, alitia maji kidogo mle kibiani na kuanza kuisaga ile kachiri. Akawa anaisaga huku akiuimba wimbo wa 'Kachiri saga.'

Kachirii kachiri … saga,

Mume wangu kasafiri … saga,

Kaniachia ukili … saga,

Upatao pima mbili … saga,

Na kipande cha hariri … saga,

Kupata kuku kumkaranga,

Kwa pilipili na dawa ya manga,

Kachiri saga kachiri saga.

Ghafla, alishtukia mlango ukibishwa. Akiwa na mwanawe mbelekoni Subira alielekea mlangoni.

"Karibu mgeni, karibu." Aliujongelea mlango huku akimkaribisha mtu aliyebisha kwa bashasha na uchangamfu kama vile mtu huyo alikuwa akimfahamu. Lakini hiyo ndiyo iliyokuwa desturi yake Subira – bashasha na uchangamfu - kwa kila aliyemzuru nyumbani kwake. Lo! Mbona, hakuyaamini macho yake Subira!

"Oh, jamani baba Jaha 'uyoo? Karibu sana mume wangu. Karibu muhibu wangu," Subira alimkaribisha mumewe kwa hamu na ghamu huku akifufurikwa na furaha. Furaha yake iliporishai ikatumbua kicheko cha huba na mapenzi.

Lo, furaha iliyoje ilikuwa siku hiyo! Furaha iliyowapa mtu na mkewe kukumbatiana kwa muda huku machozi yakiwapapa. Walikumbatiana hivyo kwa muda. Hisia zao zilichanganyikana na kuwafanya kitu kimoja. Zikatoa msisimko wa ajabu ulioamsha shauku fulani miilini mwao. Jaha alibaki kushangaa tu. Kwake, kila kitu kilikuwa kipya. Hata yeye mwenyewe.

Baada ya kitambo chema cha makumbatiano Faraji alimkumbatia mwanawe na kumbusu mfululizo. Alikuwa haamini Faraji kuwa pale palikuwa nyumbani pake na wale waliokuwa mbele yake walikuwa mkewe na mwanawe. Vipenzi vyake.

Alipokwisha kututa kidogo, Faraji alitaka kujua habari za baba yake. Kwanza, Subira alifikiria asimwambie. Lakini ataendelea kumficha mpaka lini? Lazima Faraji atajua tu. Na picha itakuwa mbaya zaidi kama Faraji atazipata habari hizo kutoka kwa mtu mwingine. Hatimaye, Subira alimwambia. Lo, Faraji alilia sana aliposikia kuwa baba yake hakuwa tena duniani! Alilia mpaka akazirai. Alipozinduka, Subira alizidi kumfariji. Alimliwaza mumewe kwa maneno matamu. Yaleyale yamtoayo nyoka pangoni. Bado, Subira alimchukua na kumpeleka Faraji kwa Mwenyezi Mungu.

"Usubiriye msiba mume wangu. Kalamu ya Mungu haina makosa." Subira alimwambia Faraji kwa upole wake uleule. "Kufa ni faradhi na hivyo, kila nafsi itaonja mauti. Sote tumo safarini ila kinachogomba ni kutangulia."

Taratibu, Faraji alianza kusahau habari za msiba wa marehemu baba yake na kuanza kurudi tena katika hali yake ya kawaida. Laiti ungemwona alivyokuwa siku ile! Katu usingedhania kama kuna siku angekuja kucheka tena Faraji. Ama kweli sahau ni dawa ya waja.

***

Siku moja Faraji alikosa raha kabisa. Alijiona hana amani na ni kama kwamba alikuwa amepungukiwa na kitu fulani. Hakukijua kitu chenyewe. Kila mara alihisi moyo ukimripuka kama vile kuna jambo lililotaka kumkuta. Alijaribu sana kujipurukusha lakini bado alihisi *wahka*. Hatimaye, wahka wake uligeuka na kuchukua sura ya wasiwasi.

Mara, zikaanza kumjia kwa kasi tamani za mama yake, Bi Kiroja. Ana zaidi ya mwaka sasa hajaonana naye uso kwa macho. Alitaka waonane, wasameheane na wapeane mkono wa rambirambi haidhuru muda umepita.

Tena, zilimjia kumbukizi zake za nyuma. Akakumbuka malezi yake mwenyewe. Bi Kiroja alivyopoteza nguvu zake kwake. Alivyomlea tangu udogoni baada ya mama yake kufa uzazi. Faraji alisimuliwa tu kuwa mama yake alikufa uzazi mara baada ya yeye (Faraji) kuzaliwa. Mama yake alifariki kutokana na kuolewa mdogo. Ndoa ya utotoni ndiyo iliyomponza. Akapigwa pute uhai wake akiwa bado mbichi.

Japo malezi yenyewe ya sukumatwende lakini ni yayohayo yaliyomkuza. Ni malezi ya mama wa kambo yaliyomrutubisha na kumfikisha hapa alipo Faraji. Leo ana mke na mtoto mmoja. Vyovyote itakavyokuwa, yeye (Faraji) hana budi naye Bi Kiroja. Apende asipende. Daima atabaki kuwa mama yake maadam alikuwa mke halali wa marehemu baba yake. Hatimaye, Faraji waliongozana na Subira hadi kwa Bi Kiroja.

***

Baada ya kifo cha mumewe, Bi Kiroja aliendelea kuishi palepale nyumbani. Hapo nyumbani walikuta *kiharusi* kimempiga na kumnyang'anya upande mzima wa kushoto. Kaathirika mguu na mkono. Keshakwenda kila mahali na dawa kazimaliza bibi huyu lakini nafuu iligoma kumsogelea. Alikuwa amekata tamaa na kunyooka pale kitandani kama chege la mgomba. Macho kama tunguja. Kayatumbua na kuyang'aruza kama mtu atafutaye kitu gizani.

Uso wa Bi Kiroja ulijaribu kuchanua tabasamu ghafla alipowaona Faraji na Subira. Akawa mithili ya mtu aliyeona chakula baada ya kutimbwa na njaa kwa kipindi kisichojulikana. Na tena uione ile midomo yake mikavu ilivyokuwa ikimunyamunya. Labda, alikuwa akipigania kusema kitu mja huyo. Sauti yake ikamwambia, 'Sitoki ng'o!'

Kwa hamu kubwa Bi Kiroja aliwakaribisha Faraji na Subira kwa ishara. Na kwa ishara pia, akaomba kalamu na karatasi. Akajaribu kuandika:

> *Nawashukuru kwa kuja kuniona. Hakika leo nimefarijika sana. Karibuni. Poleni sana wanangu. Nawaomba mtusamehe kwa yote tuliyowatendea – mimi na marehemu baba yenu. Pia, nawaomba mbaki hapa nyumbani ili mnihitimishe nami. Mungu akinichukua, msiondoke hapa. Nyu ...'*

Alipofika hapo machozi yalimkatika na kumfunika macho. Michirizi yake ilitiririka na kulowesha mashavu yake yaliyoshobwekea ndani. Sio tena ule mshobwekeo wa zamani wa vidu, uliovutia macho ya watu. Huu wa sasa ni wa ubogoyo unaofukuza macho. Ama kweli mwanzo kuumbwa, mwisho kuumbuliwa.

"Pole sana na weye mama. Sisi hatuna kinyongo chochote isipokuwa tunawaomba na ninyi mtusamehe sisi watoto wenu." Alisema Faraji kwa sauti ya upole huku akimpangusa machozi yule mama kwa leso yake. Faraji na mkewe nao walikuwa sasa wakipukutikwa na machozi, pukupuku!

Baadaye, Bi Kiroja aliunyoosha kwa shida mkono wake wa kulia. Faraji aliushika, akaukumbatia na kuubusu. Uso wa Bi Kiroja ulizidi kukunjuka hata akawa kama anayekaribia kucheka. Ghafla, alifumba macho kama anayelala na uso wake ukiwa bado umetabasamu. Bi Kiroja hakuamka tena!

Kilichofuatia ni kilio. Faraji na Subira waliangua kilio wakisaidiwa na watumishi wawili wa nyumba ile. Kilio chao kikawa kama mbiu ya mgambo. Kiliwashtua majirani na muda si muda wakajaa nyumba tele.

***

Baada ya kuanua tanga, Faraji na Subira waliendelea kuishi palepale nyumbani kwa marehemu kama alivyotaka mwenyewe.

Bi Kiroja, hakuwa na watu bibi huyu. Familia yake ilipanguswa wakati wa vita vya mageuzi vilivyoikumba nchi katika miaka ya sitini. Yeye kijanajali kiduchu alikuwa zama hizo. Kifua chake kikavu, hata kufundua bado. Ama kile kilichomsalimisha yeye na kifo akijuaye ni Mungu. Inavyosemekana Bi Kiroja alikuwa mwanamke nguli na mtafutaji makubwani mwake. Sifa hizo mbili ndizo zilizomkirimu bibi huyu utajiri mkubwa aliokuwa nao. Ilikuwa nadra sana kwa mwanamke wa enzi zake kuwa na milki kubwa namna ile. Ajabu kubwa sana. Labda, hiyo ndiyo sababu ya yeye kubatizwa jina hilo – Kiroja – na kusahauliwa kabisa jina lake la Kikuti, alilochaguliwa na wazazi wake.

Hebu njoo kwanza uyakague mashamba yake ya viungo, peleka n'kupeleke. Karafuu, vanila, hiliki, pilipilihoho na manga, dania au kotmiri na nanaa, mdalasini, bizari na manjano. Sikutajii giligilani na kadha wa kadha. Mazao hayo aliyauza ndani na nje ya nchi hususan Bara Hindi, China na Indonesia.

Kisha, ingia katikati ya jiji. Nyumba zake mbili za fahari za ghorofa tano tano zitakushawishi kuziangalia, upende usipende. Ni katika nyumba zinazopendeza na kuvutia mno katika jiji la Binairo. Zinakomba kitita kizuri cha fedha kila mwaka. Maduhuli ya nyumba hizo pekee yangetosha kumkimu Bi Kiroja aushi yake yote. Pia, kuna kasri analoishi mwenyewe pale *Beauty Beach* na ile *Rest House* ya Bwagamoyo.

Na hayo mabasi yake makubwa yaendayo mikoani, je? Hutakosa kuyaona yakiwa na chapa ya herufi mbili kubwa – **K K** - zilizoandikwa kwa rangi ya fedha na kunakishiwa kwa rangi ya dhahabu. Utazikuta herufi hizo zikikukonyeza mbele na ubavuni pa kila basi. Na mabasi yenyewe si ya kutafuta.

***

Siku hiyo ilikuwa njema kwa wote - Faraji, Subira na Jaha. Jaha alikuwa ametimiza miaka miwili kamili. Kisha, ilisadifu tarehe yenyewe kuangukia siku ileile Subira aliyopiga kite kumkopoa. Lo, sadfa iliyoje hiyo! Je, wangeiachaje siku hii iwapite kama ushuzi? La, ila hilo! Faraji na Subira waliamua kumfanyia sherehe Jaha. Iwe ni sherehe ya kumbukumbu ya kuadhimisha siku yake ya kuzaliwa.

Sherehe yenyewe ya Maulidi. Kwanza, itasomwa hitima ya kuwarehemu wazazi. Kisha, yatakuja maulidi ya Mtume Muhammad (SAW). Baada ya hapo kutakuwa na dhifa. Watu watapiga mpunga na nyama mpaka uwalevye. Kwani hujawasikia wewe wakisema, shibe mwana malevya na njaa mwana malegeza?

***

Pirikapirika za kusafisha zilianza mapema siku hiyo. Tuseme tangu kulipopambazuka labda. Nyumba ilifagiliwa na kupigwa deki moto mmoja. Kila mahali – vyumbani, kumbini, varandani, uani, jikoni, vyooni – ndani na nje. Na nyumba yenyewe haikuwa ndogo basi. Kasri, ingawa si lile la Mwinyi Fuad, aliloliumba Shafi Adam katika riwaya yake. Kasri hili ni la Kiroja binti Karim.

Walijua kuhamanika watu wa nyumba ile. Ikawa hakuna aliyekaa kitako siku hiyo. Shoti *kitahanani* kimoja, wenyewe hawajuani. Si wenye nyumba wala watumishi, kila mmoja akimwambia mwenzake sogea huko. Almuradi, pumu zilipata wakohozi.

Kwisha, ikawa kunapangwa vitu. Na kazi hii haikuwa akali pia. Kinapangwa hiki na kile, kila kitu mahali pake. Kazi yote ilitakiwa kukamilika kabla ya wageni waalikwa kuchupiza mguu. Ghafla, Faraji aliita kwa kelele, "Subira, njoo upesi mke wangu."

"Toba Yarabi. Kuna'ni tena mume wangu? Huoni unanishtua hivyo mwenzio?" Alipaza sauti Subira huku akikimbilia kule chumbani. Nguo mkononi na kijasho kinamtoka.

"Hebu isome hii barua. Mbona siifahamu, isitoshe ina jina langu?" Barua yenyewe Faraji aliipata katika ileile pangapangua.

"Aaa, hii si barua eti, mume wangu nawe! Hebu ngoja lakini niuangalie vizuri waraka wenyewe."

Mboni za Subira zilivutwa na kudondokea hapa;

Mimi, ambaye maelezo yangu yameandikwa hapo juu, nikiwa mzima na akili zangu timamu na bila ya kushawishiwa na mtu yeyote, nimeamua kwa hiari yangu mwenyewe, kuwa mmiliki halali wa mali yangu yote ni mwanangu wa kulea – Faraji Kakatima – ambaye ni mtoto wa mume wangu. Hivyo basi, milki yangu yote ni yake yeye tangu leo duniani hadi kesho chini ya mkunazi. Nimempa yeye atia na sitakuwa radhi – mpaka kiama – endapo atatokea kidudumtu wa kumbugudhi.

Mimi Wahida Binti Abdul-Karim ...

Maswali

1. Je, Kakatima ana uhusiano gani na Faraji katika hadithi?
2. Jadili maudhui ya ufisadi na ubinafsi katika hadithi.
3. Eleza jinsi mbinu hizi zilivyotumika kwenye hadithi hii.
   a) Majazi   b) Taharuki
4. "Bi Kiroja ni mwanamke mwenye viroja vingi." Jadili ukweli wa kauli hii
5. Jadili umuhimu wa Subira katika hadithi.

Brigid Simiyu

Brigid Simiyu ni mwandishi chipukizi ambaye ndio mwanzo amehitimu masomo yake katika Shule ya Upili ya Kesogon, kaunti ya Trans Nzoia. Mchango wake katika diwani hii ndio wa kwanza kabisa kuwahi kuchapishwa.

Hadaa ya Mapenzi

Natasha alizidi kukimbia. Hakujua alikuwa anaelekea wapi. Hakujua aende mbele au arudi nyuma. Kwa mbali alisikia sauti ya mwanawe Levi, akilia. Kilio cha kite na simanzi. Sauti ya mwanamume iliyomfuatia nyuma, ilikata kiza totoro na kugota masikioni mwake.

"Kwenda mwanamke kinyang'arika wewe," sauti iliendelea kufoka. "Mwanamke gani asiyetupwa akaokotwa? Nenda kafilie kule ili majibwa yale yang'ong'one vipande vya mifupa yako. Mwanaharamu wewe ..." Hiyo ilikuwa sauti ya mumewe, Sidi.

Natasha alikimbia na kutokomea katika kichaka kilichokuwa karibu. Aliangalia pande zote. Hakuona yeyote aliyemfuata. Aliamua kuketi chini na kushusha pumzi. Machozi yalimlengalenga machoni. Aliyaacha yatiririke tu.

Akiwa pale kichakani, alikumbuka uhusiano wake na Sidi ulivyoanza. Alikuwa katika kidato cha pili katika Shule ya Upili ya wasichana ya Bidii, mjini Kabakaba. Natasha alikuwa mtoto wa tatu na kitindamimba katika familia yao. Shule ya Bidii ilikuwa ya bweni kwa vigori wa kila aina. Alikumbukia Jumatano moja alipokuwa akielekea shuleni baada ya likizo fupi ya katikati ya muhula iliyoitwa *half-term* miongoni mwa wanafunzi. Kutoka nyumbani kwao hadi shuleni kulimchukua saa tatu. Aliamua kuabiri basi lililoitwa *Price;* basi lililokuwa maarufu sana kutoka maeneo ya Soweto hadi mjini Kabakaba.

Basi liling'oa nanga. Natasha akawa katulia safarini. Karibu naye kaketi kijana mmoja wa kiume kadiri wa kimo. Hakuwa mrefu kama twiga wala mfupi kama nyundo. Hakuwa mweusi kama kaniki, bali maji ya kunde. Kavaa vazi walipendalo vijana – yaani suruali ya *jeans* na *T-shirt*. Mkononi kabeba riwaya ya Kiswahili. Natasha alipolitazama jalada la riwaya ile aliona jina la mwandishi aliyekuwa kaenziwa mno na wasomaji wa riwaya nchini na maashiki wa lugha ya Kiswahili na fasihi yake. Mwandishi wa riwaya ile alikuwa Ken Walibora.

Kijana yule aliinuka na kumtazama Natasha kwa mtazamo uliojaa bashasha na tabasamu. Natasha pia akajikuta akitabasamu. Hakuna yeyote kati yao aliyekuwa na ujasiri wa kuwa wa kwanza kuzungumza. Wakawa kama mawe mawili yaliyotazamana tu. Kilikuwa kibarua kikubwa kuukata ukimya uliokuwa baina yao. Baada ya muda kijana yule aliona ni bora kuzungumza japo woga ulikuwa umemsakama.

"Vipi dada?" Aliuliza yule kijana. "Naitwa Sidi. Sijui wewe waitwaje?" Aliuliza huku akimnyoshea Natasha mkono.

"Natasha," alijibu. "Naitwa Natasha," alijirudia kwa woga huku akiangalia chini.

"Naona umeraukia shuleni, kwema lakini?" Sidi aliendelea kuuliza huku akipata ukakamavu.

"Kwema. Si tunatakiwa tufike mapema shuleni?" Alijibu kwa swali.

Sidi alicheka, Kisha akampagaza Natasha swali jingine. "Hivi wasomea shule gani?"

"Bidii Girl's High School," alijibu. "Nimetoka *half-term*," aliongeza.

"Mimi nimetoka Soweto kumtembelea babangu mdogo," alinena Sidi. "Na wewe je?"

Natasha aliangalia kando.

"Mmmhh! Ningependa kujua nyumbani kwenu ni wapi?" Sidi alivunja kimya kile.

"Soweto," Natasha alimjibu kwa mkato.

"Ala kumbe! Hata kwenu pia ni Soweto!" Sidi alionyesha kushangaa.

Baada ya kujuliana hali, mazungumzo yao yaliendelea kwa muda mrefu. Walipotanabahi, basi lilikuwa limekaribia mji wa Kabakaba. Natasha alikuwa amekaribia shuleni, naye Sidi alikuwa amefika kwao.

"Samahani Natasha sijui kama unaweza kuchukua nambari yangu ya simu ili ufikapo shuleni uweze kunijulia hali," alisema Sidi.

"Haya basi nipe hiyo nambari ya simu, si neno. Nipe tu. Ingawa mimi sina simu," alijibu Natasha kwa tabasamu.

"Pia sipendi kuchukua nambari za simu za watu nisowajua." aliongeza Natasha.

"Lakini *dear* karibu utajua kuwa mimi si mtu wa mbali."

Baadaye Sidi akaangalia katika mkoba wake akatoa kitabu kidogo. Akararua kipande kidogo cha karatasi. Akamwandikia Natasha anwani na nambari yake ya simu kwenye kijikaratasi hicho. Waliagana na kila mtu akashika hamsini zake. Hata hivyo, ndani ya kipembe cha mawazo ya Sidi alihisi *kachachawa* si haba. Natasha naye, kwa nje, alikitungia macho kijikaratasi hicho kwa jicho la "sawa tu" lakini ndani ya moyo wake aliona fahari.

Sidi alikuwa mtoto wa pekee katika familia yao. Tuseme mithili ya jicho moja wanaloonea wazazi wake. Alikuwa na umri wa miaka ishirini na mmoja. Aliishi na wazazi wake Kabakaba mjini katika mtaa wa Wapewape. Alikuwa mwanafunzi katika Chuo kikuu cha Kabakaba pale mjini. Sidi alikuwa katika mwaka wa kwanza. Alikuwa akisomea shahada ya Sanaa katika somo la Fasihi ya Kiswahili.

Siku hiyo Natasha alipofika shuleni hakutulia kabisa. Mawazo yake yalikuwa yametuama kwenye mazungumzo yake na Sidi basini. Natasha hakujua jinsi hali ilivyokuwa imembadilikia. Katika kipindi chote cha maisha yake hakuwa na mpenzi. Katika umri wake wa miaka kumi na saba alikuwa haifahamu ngoma ya mapenzi; kinyume na walivyokuwa wasichana wengine waliobaleghe katika shule yao. Sasa alijiona akiogelea katika bahari mpya. Alikuwa kajipoteza, hajifai kwa Sidi. Alikuwa kasalitika mno. Hakujua jinsi mara moja alivyozongwa na mshawasha wa mapenzi.

Selina alikuwa msichana aliyeketi na Natasha kwenye dawati moja. Selina alimtazama Natasha kwa mara nyingine tena. Sijui ni mara ya ngapi sasa. Alimwona mwenzake amebadilika mno kwa ghafla. Hali hiyo aliyokuwa nayo haikuwa mazoea yake. Alikuwa amebadilika ghafla. Natasha alikuwa msichana tofauti kabisa na wenzake kule shuleni. Siku hiyo alikuwa kachangamka kupita kiasi. Awali alikuwa hapendi urembo wa kujitia podari, wanja na rangi za kucha. Wenzake walimsusuika na kumwita msungo, mtoto wa kishamba asiyejiremba na kujihashua. Ungemsikia akisema ni kupoteza muda tu, lakini sasa ghafla kabadilika.

Siku zilizofuata, Natasha alikuwa mtenzi katika ngoma ya urembo na ulimbo. Kila mara alikuwa anajitazama kiooni mchana na usiku. Natasha kabadilika. Selina aliyatilia shaka mabadiliko hayo. Alishuku kuna jambo kwa vile popo haruki mchana bure. Hata hivyo, hakushangaa. Alijua kuwa Natasha keshakuwa mtu mzima na ashaona mbele. Alijua fika kuwa Natasha alijitambua na kujijua.

Wiki nne baada ya kukutana na Sidi, Natasha alikuwa katika hali taabani. Alikuwa hali wala halali vyema. Wakati mwingi alikuwa katika mawazo. Jumatatu moja alipoona hawezi tena kustahamili alikata shauri kumwandikia Sidi ujumbe huu wa barua.

Kaka Sidi

Natumai u buheri wa afya. Mimi hali yangu hapa shuleni ni nzuri. Lakini bado nakumbuka mazungumzo yetu. Jumamosi ya pili ni 'visiting day'. Wazazi wangu niliwaeleza lakini ninavyowajua wana shughuli nyingi za shambani na biashara – kwa hivyo, hawatakuja kwenye 'visiting day'.

Ni salamu tu ninazokutumia.

Dada Natasha.

Akaipeleka barua hiyo posta. Moyoni alikuwa na hamu ya kupata jibu kutoka kwa Sidi. Ijumaa asubuhi Natasha alipopokea barua kutoka kwa Sidi alifurahi sana kama jibwa lililorushiwa fupa. Aliichana bahasha na kuchomoa barua kisha akaanza kuisoma. Ilikuwa fupi lakini mawazo mazito.

Kwa Natasha – Waridi la moyo wangu,

Ninapoandika barua hii ninaamini u mzima. Mimi ni mzima na imara kama kigongo au zaidi ya kigongo. Hali yangu imepoa kabisa kwa kupata waraka wako. Nilipoipata barua hiyo sikuyaamini macho yangu. Ama nilidhani ninaota ndoto au ni muujiza tu. Nilitegemea kuwa utaichanachana anwani yangu na kutupa vipande vyake katika jaa.

'By the way'... binafsi sijawahi kumpata mtu ambaye ninampenda kama ninavyokupenda wewe. Wewe ndiwe muhibu wangu wa kwanza kabisa maishani mwangu. Mwanagenzi hapa nilipo. Sijui be wala te ya mahaba. Au tuseme ndio mwanzo wa lele ya ngoma. Ninapokuwaza kwamba uko mbali nami, sipati hata lepe la usingizi. Kila siku ndoto ya kukutaka uwe wangu inaniandama na kuchukua mwelekeo mpya kabisa. Zaidi ya hayo ninashukuru kwa mwaliko wako. Nitafika saa nne mchana. Natumai utanipokea vyema.

Wako,

Sidi Kombo.

Natasha alipomaliza kuisoma barua ile alifurahi sana. Aliingoja Jumamosi ya wiki hiyo kwa hamu na ghamu. Jumamosi ilifika. Natasha aliamka mapema na kujitayarisha. Hakujua vipi angemfurahisha Sidi. Alitaka aonekane mrembo wa warembo, kwa hivyo, alizidisha kujipamba. Siku hiyo wanafunzi wa shule ya Bidii huruhusiwa kuketi na kupumzika. Natasha na Selina walikuwa wameketi nyuma ya jengo la madarasa wakipiga gumzo.

"Tasha! Tasha! Una mgeni," Leni, msichana mwenzake aliyejulikana kwa wembamba wake, alimwita. Natasha alijulikana kwa jina la Tasha hapo shuleni.

Natasha alimwomba Selina amsindikize. Selina alikubali kisha wakaenda hadi karibu na ofisi za utawala wa shule. Walipofika, Natasha hakuamini macho yake. Sidi alikuwa ameketi kwenye viti vya wageni vilivyokuwa mbele ya ofisi. Natasha hakuhitaji kuelezewa madhumuni ya kuitwa kwake maadamu Sidi alikuwa tayari yuko pale na tabasamu imejiandika usoni pake waziwazi. Natasha aliupokea mkono wa Sidi.

"Natasha, nduguyo huyu ataka kukuona." Alisema naibu wa mwalimu mkuu kwa upole. "Ahsante mwalimu," Sidi alimpokea kwa staha akimwangalia.

Mwalimu alijiendea zake.

Natasha aliongozana na Sidi hadi chini ya mwembe. Natasha alikuwa amekwishamweleza Selina kuhusu kuja kwa mgeni wake ila hakuwa amemwambia jina la mgeni wake. Kwa hivyo, Selina hakujua ni nani. Punde Selina alipomtia machoni Sidi, Selina alihisi kichefuchefu. Macho ya Selina yalikutana na Sidi. Yamkini alidhani alikuwa ndani ya ndoto. Sidi naye vilevile alijihisi hivyo hivyo ingawa alijitia kutojali. Walisalimiana.

"Sidi, habari za siku nyingi," alisema Selina. "Sijakuona kwa muda mrefu."

"Njema Selina," alijibu Sidi. "Pia mimi nimefurahi kukuona."

"Mbona .... Kwani mwajuana? Ahh! ... Selina kwani wamfahamu Sidi?" Natasha aliuliza kwa shauku.

"Tasha nawe," alisema Selina baina ya kicheko. "Mbona nisimfahamu na yeye ni jirani yangu?"

Kusema kweli Selina alimfahamu Sidi vizuri sana. Selina hakujua jinsi gani Natasha alivyokutana na Sidi. Lakini akajiambia kuwa ni milima ndiyo haikutani, binadamu hukutana. Kwa hivyo, hakuajabia mno makutano hayo. Hata hivyo, alimjua Sidi na tabia zake pale Kabakaba. Sidi alikuwa fumbwe pale mtaani. Alikuwa amewatia mimba wasichana kadha. Wazazi wa msichana wakienda kortini kushtaki, wazee wake hufanya kila njia kuharibu kesi kwa kuwahonga waendesha mashtaka na makarani wa korti. Sidi alivutiwa na wasichana wa kila aina. Hakuweza kutulia kabisa. Hakuaminika kamwe.

Huruma ilimvaa Selina akajipata akimsikitikia Natasha ndani kwa ndani. Hakujua afanye nini ili amsaidie rafikiye Natasha. Wakati huohuo hakutaka kumvunja moyo. Aliamua kufyata ulimi na kutazama tu. Hakutaka kujiingiza katika mambo ya watu. Mambo ya wapenzi wawili. Mazungumzo yao yaliendelea. Walizungumza mengi. Selina aliondoka kidogo ili kuwapa nafasi ya kuzungumza wakiwa peke yao. Alijua kuwa yapo mambo mengine ambayo hutoka kinywani iwapo mtu atakuwa na mpenziwe tu. Mtu mwingine akiwapo maneno hayo hutoka kwa nadra sana. Wapenzi hao wawili walizungumza mengi matamu. Walichekeshana na kutaniana. Hatimaye ulifika wakati wa mgeni kuondoka. Sidi alimwahidi Natasha kwamba angefika kumchukua shule zikifungwa mwishoni mwa muhula. Alimpa pesa na zawadi kisha akaondoka.

Selina aliungulika kuona rafikiye akiingia kwenye lindi la maangamizi. Baada ya siku tatu alikata shauri kumweleza Natasha juu ya Sidi. Alingoja hadi walipokuwa katika kipindi cha mapumziko kati ya saa kumi hadi saa kumi na moja ndipo alipopasua mbarika. Alimtafuta Natasha na kwenda naye faraghani. Wakaketi huku wamekabiliana. Mwanzoni ilikuwa vigumu Selina kumweleza yaliyokuwa moyoni mwake Natasha. Hatimaye aliifumbua midomo yake.

"Tasha. Samahani! Ningependa kujua kitu fulani kutoka kwako," alisema Selina

"Nini!" alishangaa Natasha.

"Je, unamjua Sidi vizuri?"

Natasha alibaki kazubaa kama aliyezugwa. Swali hilo lilikuwa gumu kwake.

"Kweli Selina sina la kusema kuhusu Sidi. Kusema kweli simjui vizuri. Sina fununu kuhusu wazazi wake, nduguze au msingi wake wowote. Nina habari finyu sana kumhusu yeye. Mathalan najua kuwa yeye ni mwanafunzi katika Chuo Kikuu cha Kabakaba na pia anatoka hapa mjini. Ni hilo tu."

Selina alinyamaza na kutulia kama maji mtungini. Hakujua aanze vipi.

"Tasha usishangae kwamba mimi namjua Sidi hadi kwao. Nawajua wazazi wake kama nilivyokueleza, lakini ..."

Natasha alijua lipo jambo ambalo Selina alikuwa akilificha.

"Lakini nini Selina kama lipo jambo mbona usinieleze?" Alisaili Natasha.

"Nasikitika kukueleza kuwa Sidi si kijana mzuri. Anapenda kuchovya asali kwenye mizinga mingi. Hatari sana kwa kuwaringa wasichana. Tafadhali mchunguze kwanza," alisema Selina kwa henezi.

"Selina wacha n'kwambie ukweli na sikufichi kitu hapa," alisema Natasha. "Sina jambo la kuchunguza. Sidi ananipenda na tunapendana. Yeye ni rafiki wa nioshe nikuoshe. Kama alikuwa na tabia hiyo labda atabadilika. Pili, nitakwamini vipi msichana kama mimi? N'tajuaje kama hunionei kijicho? Usidhani kupata '*boyfriend wa university*' ni rahisi. Tena ameniahidi mambo mengi mazuri. Vipi nimwache? Siwezi dada siwezi! Sikujua mwenzangu wanionea gere kwa kuwa na mpenzi kama Sidi. Lo! Kumbe rafiki yako adui yako!"

Selina hakujibu kitu. Natasha hakumpa muda. Natasha alisimama na kuondoka. Hakumuaga mwenzake. Cheche na mirindimo ya matusi kutoka kinywani mwa Natasha ilimfukia Selina pale kivulini.

***

Urafiki kati ya Selina na Natasha ulivunjika hivyo. Natasha hakutaka tena kukutana na Selina ana kwa ana. Walihasimiana. Aliungana na kundi la wasichana wengine. Darasani ungemsikia Natasha akimtusi na kumlaani Selina. Ugomvi ulitokea baina yao baada ya kuenea kote shuleni kuwa Natasha alikuwa kampoka Selina mpenzi. Hilo liliwatenganisha kabisa. Wakawa wamebaidika kama mafuta na maji au ardhi na mbingu – hawapatani kamwe.

Muhula wa tatu ulifika kileleni na wasichana wa Shule ya Bidii wakawa wanajiandaa kwa mtihani wa mwisho wa mwaka. Baada ya mtihani kwisha walitakiwa wangoje mumo humo shuleni matokeo yao kabla ya kuondoka. Matokeo yalipotangazwa, Natasha hakuwa amepasi vizuri kama Selina. Jambo hilo lilimtia Natasha sononeko zaidi.

Sidi alifika kama alivyoahidi. Siku hiyo alikuja na pikipiki nyekundu ya *TKZ* aliyokuwa amemwazima rafiki yake makusudi kwa sababu ya siku ile. Sidi alisimama pembeni na kungoja hadi wasichana wote walipokwisha shuleni. Natasha alikuja akiwa amebeba begi lake mgongoni. Alikuwa kajipodoa si haba.

Baada ya kuulizana hali na kupigana pambaja na busu, Sidi alimwomba mwenziwe akae kwenye pikipiki akatia moto kisha safari ikaanza. Walipofika mjini, Sidi aliegesha pikipiki kando ya duka moja la nguo, kisha wakaanza kutembea mjini. Mwishowe walifika sokoni. Soko lilikuwa na nguo za kila aina na kila mtindo. Wakaingia katika butiki. Sidi akamnunulia Natasha nguo za kubadilisha pamoja na viatu kwani Natasha alikuwa bado amevalia sare ya shule. Natasha alichagua rinda lililombana na kumchupa akaonekana kama hurulaini wa hadithi za peponi. Viatu vya mchuchumio vilimremba na kumfanya awe na mvuto wa kushtua.

Sidi aliongoza njia na hatimaye wakafika *Sinendet International Hotel* – hoteli kubwa pale mjini na iliyojulikana sana. Alikodi chumba cha malazi kisha wakaingia kule kula na kujiburudisha. Walikaa katika hoteli hiyo kwa siku tatu. Ulikuwa muda wa burudani na starehe kwa Natasha. Lakini *kila chenye mwanzo kina mwisho* ati. Muda wao pale hotelini ulioshuhudia mapenzi ya wawili nao ulifika hatima. Jumamosi jioni waliondoka, wakaagana na kila mtu akaenda zake. Natasha alienda kwenye kituo cha mabasi akaabiri basi la kuelekea nyumbani kwao.

Natasha alipofika nyumbani hakuna aliyemwuliza kwa nini alichelewa kufika na ni wapi alikokuwa. Hata hivyo, alikuwa amepania kusema kuwa alibaki nyuma kwa masomo ya ziada kwani hakuwa amepata alama nyingi katika mtihani huo wa mwisho wa mwaka. Wazazi hawakutuhumu lolote. Hawakuwa na shaka na hilo kwani walimwamini binti yao kwelikweli.

Natasha alipomaliza likizo yake alikuwa na hamu kubwa ya kumwona Sidi. Alijitayarisha mapema kwenda shuleni ili wakutane na Sidi kama walivyoahidiana. Sidi alikuwa amefika mapema akimngojea Natasha kwenye stani ya basi siku hiyo ya Jumanne. Alipofika Natasha, Sidi alimpokea kwa furaha. Wakapigana pambaja kama wafanyavyo wanadijitali. Baada ya kutalii pale mjini na kujifurahisha kidogo, Natasha alienda shuleni kuanza muhula mpya.

Katika shule ya wasichana ya Bidii kulikuwa na mambo mawili au matatu ya faradhi. Kwanza ilikuwa ni lazima kama ibada wanafunzi wote kukaguliwa ili kubaini ujauzito. Hili lilifanyika kila mwanzo na mwisho wa muhula. Nesi wa shule alitakiwa kuwachunguza wasichana wote na iwapo yeyote angepatikana akiwa na himila angefurushwa shuleni. Hiyo ndiyo siku iliyokuwa ya kizungumkuti miongoni mwa wanafunzi wa kike. Hakuna nyingine.

Siku ya ukaguzi ilifika. Ilikuwa siku ya nguruwe kumla mwanawe. Kengele ilipolia wanafunzi wote walijumuika katika ukumbi wa mikutano kisha wakaelezewa walichoitiwa. Zamu ya kubaini mbivu na mbichi ilipofika kila mmoja aliingia kwenye kibanda kimoja kilichokuwa pembeni. Waliingia mmoja baada ya mwingine. Baada ya ukaguzi kufanywa, mtego wa panya uliweza kuwanasa

wasichana watatu. Natasha! Hakuwa! Yeye alikuwa hawezi kunaswa kwa makapi! Kila mmoja wa hao watatu alikuwa akipewa ripoti yake pembeni. Hukumu ilipomfikia Natasha, hakuamini masikio wala macho yake. Alidhani hiyo ilikuwa ndoto mbaya. Machozi yalimlengalenga machoni. Hakujua afanye lipi zaidi.

Mhini na mhiniwa njia yao ni moja. Waliombwa wafunganye virago vyao na kwenda katika ofisi ya mwalimu mkuu. Kule mazungumzo hayakuweko. Walipewa barua za kuwataka waondoke shuleni haraka ilivyowezekana. Waliondoka shuleni wakiwa na huzuni huku vichwa wakiviinamisha kwa soni kubwa. Selina alipoona rafikiye akiondoka shuleni hakujifaa kwa kilio. Alimwonea huruma Natasha lakini hakuwa na njia yoyote ya kumsaidia.

***

Siku hiyo Natasha alipoondoka shuleni, hakwenda nyumbani. Alikuwa na wasiwasi sana hasa alipowazia hasira ya babake. Alienda hadi kwa kina Sidi. Alipofika langoni, alikaribishwa na bawabu mwenye mvi kichwani. Alikuwa kavalia magwanda machafu na mabuti yaliyokuwa yamemwona fundi wa viatu takribani mara elfu moja na moja. Alikuwa mchafu kupindukia na mwilini alitoa harufu mbaya iliyomfanya Natasha kuziba pua.

"Habari *kamrembo*?" Alisaili yule bawabu kwa tabasamu. "Unatafuta nini hapa badala ya kuwa shuleni na wenzako?"

Natasha alihisi kama aliyekuwa amechomwa kwa mkuki wa maudhi moyoni.

"Nzuri sana babu," alijibu Natasha. "Nataka kumwona Sidi sijui kama yuko ndani?"

"Aah! Maskini wee! Mjukuu wangu. Sidi haonekani nyumbani," alisema yule bawabu huku akiongoza njia. "Ameadimika sana. Ghafla, jana, amefika hapa na rafiki yake wakiwa wamelewa chopi. Sikwambii leo asubuhi wameamka na kuondoka. Kanihakikishia kwamba atarudi saa nane mchana. Sijui labda wewe ni jamaa yake au vipi? Tena unajua hata wenyewe wazazi wake hawapo. Waliondoka yapata miezi miwili iliyopita kwenda ng'ambo na hawatarajiwi kurudi sasa. Labda baada ya miezi mitatu au minne zaidi. Mwana wa watu kaachwa peke yake lakini si neno wewe nenda ndani tu umngojee."

"Asante," alisema Natasha. "Nashukuru sana."

Natasha alitupa jicho hapa na pale katika sebule hiyo, baridi ikamvaa mwili mzima. Akajitupa kochini na kushusha pumzi. Hata taswira ya nyumba ile ikampotea. Hakuona wala hakusikia. Natasha hakujua aongeze nini zaidi. Maneno ya yule bawabu yalimchoma ndani kwa ndani. Yalimmaliza nguvu hata alipoagwa hakujua. Alizika kichwa chake katika viganja na kuanza kuwaza na kuwazua.

"Sidi! Hawezi kuwa yeye. Labda mzee wa watu kaona mtu mwingine. Sidi aliniambia kuwa yeye ananipenda hatoweza katu kunitendea hivyo," Natasha alijikuta anapaaza sauti.

Baada ya muda yalimwonekania kuwa ya kweli kama alivyoeleza bawabu. Sidi alikuwa ameadimika sana nyumbani. Alikuwa akifika tu Jumamosi au Jumapili ili kurudi kuendelea na starehe zake.

Siku moja Ijumaa usiku Sidi alifika nyumbani akiwa mlevi sana akiwa na mwanamke mmoja kutoka mjini. Walipanda vidaraja wakiwa wameshikana viunoni. Keshoye asubuhi na mapema walitokomea katika mwanga hafifu wa macheo. Saa tano ndipo alipoweza kuonekana kiamboni. Sababu ya yeye kurudi ilikuwa alijihisi mgonjwa kwa kuwa kichwa kilikuwa kikimuwanga kwelikweli. Aliamua kurudi nyumbani apumzike.

Sidi alipofika nyumbani siku ile mchana, yule bawabu, alimwambia, "Bwan' mkubwa ulionana na mgeni wako? Yule mtoto aliyeumbwa akaumbika. Mtoto aliyekuwa amevalia *uniform* ya shule. Nadhani ni shule ya Bidii ...."

"Mgeni? Ai! Nani huyo?" Sidi aliuliza kwa haraka.

Sidi hakuhitaji kuelezewa zaidi kumhusu mgeni wake. Maelezo ya bawabu yalitosha kumjulisha kuwa yule mgeni wake alikuwa Natasha. Natasha alikuwa ameketi sebuleni kwa kina Sidi. Mandhari ya pale yalimfanya ajihisi ni kama alikuwa peponi. Sebule ilikuwa imepambwa si haba kwa makochi makubwa na zulia la kupendeza. Vitambaa vya rangi ya kijanikibichi vilikuwa vikimetameta na kufanya pale paonekane bora zaidi. Marashi aina ya *Best Ladies* yalifanya mandhari ya pale kunukia zaidi.

"Kweli hawa ni watu wa nafasi kubwa ya kuendesha maisha yao," aliwaza Natasha.

Mlango ulifunguka kwa ghafla na kumzindua Natasha kutoka kwenye bahari ya luja. Punde si punde Sidi akaingia. Natasha alipomwona Sidi, ghafla kilio kilianza kumtoka. Sidi hakufanya pupa. Alimwacha Natasha alie atoe joto lake. Natasha alipopoa ndipo Sidi akamwuliza shida yake.

"Tasha, *what is the problem*? Nauliza, shida yako ni nini?" aliuliza Sidi. "Unaumwa au vipi?"

"Sina neno Sidi lakini nimefukuzwa shuleni kwa sababu ...," Natasha hakumaliza.

"Sema tu *darl*.... Nieleze tu labda naweza kukusaidia," Sidi alitoa rai.

"Mimi ni mjamzi...," alianza kulia tena.

"Wewe ni mjamzito?" alicheka Sidi, kicheko cha dhihaka. "Hilo tu ni jambo dogo. Usitie wasiwasi Natasha. Mimi nina pesa za kutosha. Unaweza hata kuishi hapa petu mpaka utakapojifungua."

"Vipi masomo yangu," aliuliza Natasha kwa wasiwasi kwa vile hakuamini maneno ya Sidi.

"Aaaah! Mpenzi, hilo nalo lisikusumbue." Alitamka Sidi. "Nitakufanyia mpango uendelee na masomo yako baadaye utakapojifungua. Tena nitakutafutia shule nzuri zaidi kushinda hiyo," alitanabahisha Sidi.

Natasha alifurahi sana. Hakujua amshukuru vipi Sidi. Na huo ndio uliokuwa mwanzo wa maisha yao pamoja. Ndoa yao ilianzia papo hapo kwa akina Sidi. Sidi aliendelea na masomo kule chuoni na kumwacha nyumbani mpenziwe Natasha.

Siku moja Natasha alikuwa amepanga kumwuliza Sidi ukweli wa yale aliyoyaona na kuambiwa na bawabu. Ilikuwa jioni baada ya chajio. Alipomweleza, Sidi alikuja juu kwa hasira. Alikana yote aliyoambiwa na akamwambia Natasha kuwa labda ni ule wivu ambao alikuwa akionewa na watu wengi pale kwao kwani wao walikuwa matajiri sana. Siku hiyo Sidi alimfuta kazi bawabu yule. Natasha alipoona hivyo alijua kuwa mambo yote yangetengenea.

***

Mwaka mmoja umepita sasa tangu Natasha atoke shuleni Bidii. Amekwishajifungua mtoto mwanamume aliyemwita Levi. Siku hiyo baada ya Natasha kujifungua, karamu kubwa iliandaliwa. Makaango yalipinduliwa na mabuzi yakaangushwa pale mtaani Wapewape. Vijana walikula na kunywa kupita kiasi kwani vyakula na vinywaji vilikuwa vingi. Hadi leo hafla hiyo ingalipo katika mawazo ya vijana, marafiki zake Sidi, mtaani humo.

Maisha ya Natasha na Sidi yalianza kubadilika baada ya miezi mitatu ya kujifungua. Sidi alifika nyumbani akiwa mlevi sana. Kusema kweli mara nyingi alikuwa akilala nje. Natasha alipouliza au kushtakia hali hiyo alipata kichapo cha mbwa. Alikuwa akipigwa si kidogo. Natasha alivumilia kwani aliamini kuwa mvumilivu hula mbivu. Na mradi tayari alikuwa kakatiza masomo yake, ilibidi aukabilishe moyo wake kwa magumu yote hasa ya baa la ndoa. *Kitanda kikitandikwa sharti kilaliwe.* Sidi alikuwa haambiliki hasemezeki. Alikuwa masikio kayatia pamba.

Natasha alipouliza pesa za *masrufu* ya pale nyumbani alipokea matusi tele. Natasha alikonda na kukondeana akawa *kifefe* kwa sababu ya mawazo pamoja na mateso aliyoyapata. Raha yake maishani ilikuwa imesombwa na gharika la maangamizi. Hakuwa nayo tena hiyo raha. Na Sidi? Sidi aliendelea kuishi katika hali yake ya ulevi na ukahaba. Alikuwa sasa akiuza mali ya wazazi wake akitumia pesa hizo kwenye ulevi baani na vyumba vya kukodi katika hoteli za kifahari. Hata alipofurushwa chuoni hakugutuka. Hakujali tahadhari aliyopewa na wazazi wake. Aliisha na msemo "Ponda raha kufa kwaja," mpaka akaitwa Pondaraha.

Siku hiyo Natasha alikuwa amekata kauli. Hakuona haja yoyote katika umri wake wa miaka kumi na saba kuteseka jinsi hiyo. Alikuwa tayari keshafunganya virago vyake. Mara Sidi alifika kwa mayowe na nyimbo kwa nishai za kilevi.

Natasha hakungoja kitu. Alimwambia jahara: "Sidi nimechoka! Nimechoka na siwezi kuvumilia zaidi. Leo nataka unipe haki yangu na mwanao huyo mchukue umlee mwenyewe," alisema Natasha kwa hasira na huzuni.

"Nani kakutuma kuniropokea hivyo?" Alisaili Sidi. ".... Mwanamke gani wewe? Nitakuvunjavunja na kukupondaponda sasa hivi. Ngoja niingie ndani …"

Sidi aliingia chumbani na kutoka akiwa amekamata upanga. Natasha hakungoja. Alitimua mbio na kutokomea gizani huku sauti ya Sidi ikimtolea matusi yasiyoandikika kwa kalamu yangu labda yako.

Maswali

1. Jadili maudhui haya yaliyojitokeza katika hadithi ya 'Hadaa ya Mapenzi':

   a) Uongo. b) Mapuuza.
2. Kwa nini Natasha hakuwaarifu wazazi wake kuhusu 'visiting day' iliyokuwa shuleni mwao?
3. Eleza umuhimu wa Selina katika hadithi hii.
4. "Usidhani kupata '*boyfriend wa university*' ni rahisi. Tena ameniahidi mambo mengi mazuri. Vipi nimwache?" kauli hii inaashiria nini kuhusu tabia ya Natasha?
5. "Nani kakutuma kuniropokea hivyo? ...

   (a) Maneno haya yanaashiria nini kuhusu sifa ya msemaji? Eleza.

   (b) Maneno haya yanaonesha nini kuhusu uhusiano wa msemaji na msemewa.

Ken Walibora

Maji ya Moto

Ndilo jumba refu sana jijini. Ghorofa ishirini na saba. Na kama majumba mengine marefu, hili lina *makambarau* yanayorahisisha safari ya kupanda na kushuka. Omba Mungu tu umeme usipotee. Katika siku za kazi kama leo, makambarau yanameza na kuwatema watu kutoka mawio hadi machweo bila kupumzika walau dakika tano. Watu wanamezwa na kutemwa na makambarau makundi kwa makundi. Almuradi kila mmoja na hamsini zake zilizomwandisi.

Jumba lenyewe lina ofisi chungu nzima zinazoshughulikia mambo mbalimbali. Si mawakili, si mawakala wa safari za ndege, si mawakala wa bima, si mawakala wa kununua na kuuza nyumba, si madaktari wa hiki na kile, si wachapishaji vitabu na wateja wao, wote wana ofisi humo. Ilmuradi jumba limebeba shehena ya ofisi za biashara na shughuli tumbi nzima. Kwa ufupi limebeba wafanyabiashara, wanataaluma na wateja wao. Shughuli ndani ya jumba hili zinaendelea mtindo mmoja kama kwenye mzinga wa nyuki.

***

Ni asubuhi inayoelekea adhuhuri. Amesimama ng'ambo ya barabara akilikagua jumba hili. Anatazama juu pale linaporambana midomo na kubusiana na mawingu. Macho kayatunga mbali juu pale, juu kabisa, moyoni anajiambia jambo fulani. Kavaa ndara nyeusi na rinda jekundu linalopeperushwa na upepo mwanana. Leo hajali wala habali kulizuia usiukashifu upepo kwa kulinyanyua rinda juu ya mafiga. Nywele zake zimeachwa matimtim. Hisia mchafukoge. Moyo unamtuta. Machozi yanamlengalenga. Mikono inamtetema na miguu haishiki.

Anavuka barabara bila kuangalia kulia wala kushoto. Kavuka tu na liwe liwalo na lije lijalo. Honi za magari zinavuma kumzindua. Azinduke nani? Wengine wanamfungulia cherehani ya matusi.

"We' wafikiri kufungasha kutakulinda dhidi ya dafrao ya gari?"

"Unafikiri ahera hawaendi wazuri kama wewe?"

"Tushaona wangapi barabarani waliopaka wanja na wenye herini za dhahabu lakini viwiliwili vimetenganishwa na vichwa?"

"Kuna njia bora zaidi za kujitamanisha kuliko kuanika maiti yako barabarani."

"Malaya wewe! Unafikiri akutaka nani?"

Lakini ajali nini? Abali nini? Hasikii haoni. Yupo kama hayupo. Yupo katika ulimwengu wake uliomteka kwa maruweruwe yake asiweze kuzindukana.

Anapita lango la kuingilia jumba. Walinzi wawili wamesimama tisti kwa vyombo vya ukaguzi mikononi tayari kumkagua. Mlinzi mwanamume anawakagua wanaume, naye mwanamke wanawake. Yeye anafululiza tu mwendo kana kwamba hawaoni walinzi. Au pengine kweli hawaoni.

"Unaenda wapi?" anafoka mlinzi wa kiume.

"Safari," anasema. "Safari Travel Agency."

"Wapita bila kukaguliwa kwani wewe nani?"

"Usiwe umetubebea mabomu hapa. Hata ukiwa waziri mkuu lazima ukaguliwe."

Anasimama na kuinua mikono juu. Wanafikiri mimi ni Osama bin Laden? Potelea pote. Wacha wanikague wapuuzi hawa. Anapapaswa kila ncha ya mwili wake. Anahisi tu. Anahisi kama hahisi. Ni mwanamume au mwanamke anampapasa? Hajali wala habali. Akili zake ziko mbele na juu huko aendako na kile adhamiriacho kukitenda. Kile anachokijua yeye mwenyewe. Leo ni leo asemaye kesho mwongo.

"Pita," anasema bawabu.

Anapiga hatua chapuchapu kuelekea kwenye foleni ya kuingia kwenye kambarau. Watu wengi. Wanaume kwa wanawake, wazee kwa vijana. Wanaume wanamtazamatazama kwa ashiki. Lakini haoni hasikii isipokuwa macho yake yanapokutana na mwanamume mmoja kijana aliyesimama karibu naye na kumtumbulia macho kwa mshangao kama aliyepigwa kibao ghafla. Mwanamume huyu ana nini? Ama ni wale walioshindwa na ukware ambao wanashinda na kukesha wakitafuta fursa za kuwabaka wasichana kama mimi. Mwanamume mwenyewe alikuwa amevalia shati jeupe pepepe, suruali ya kahawia na tai nyekundu ya kitambaa cha hariri na viatu vyeusi. Kijana mwenye haiba na raghba. Lakini hivyo alivyokodoa macho si uungwana. Anakerwa binti huyu kijana kwa mtazamo huo wa chui kumtazama tandala.

Kambarau inafika pale chini. Watu wanawania kuingia. Yule binti anaingia ndani huku kijoyo kikimdunda. Anabofya kitufe cha ghorofa ya ishirini. Anarejea kusimamia kando. Anashangaa kumwona yule mwanamume akiingia na kujibanza karibu naye. Anamtupia jicho la hasama na kujibiwa kwa tabasamu na swali.

"Nimekuona wapi dada vile?"

"Umeniona hapa." Katoa jibu la ufidhuli lisemalo bila kusema, "Sitaki maswali ya kipuuzi."

"Simaanishi hivyo." Anakazana yule mwanamume. "Nina maana ya kwamba nilishawahi kukuona pahala fulani."

"Usiniletee kasheshe mwanamume we'!" Alifoka mwanadada. "Sasa hivi s'taki kusema na mtu."

Mwanamume anaufyata. Kambarau inapofika ghorofa ya ishirini anatoka yule mwanamke kijana. Akatazama nyuma kamwona yule mwanamume pia kashuka. Lo! Ana nini huyu? Anapoona kaandamwa na yule mwanamume akajipa shughuli ya kusoma orodha ya ofisi za kampuni kwenye kibao cha ilani kilichokuwa mkabala na kambarau. Yule mwanamume anapita bila neno la ziada. Nimemkomesha kunirandia bwege yule, anajiambia. Ataka kunitibulia mpango wangu.

Anamtazama yule mwanamume akitembea kwa mikogo huku visigino vya viatu vyake vyeusi vikibusiana kwa fujo na sakafu ya marumaru. Anamwona anakwenda kule mbele kwenye ushoroba na kuingia kwenye ofisi moja. Labda ofisi ya mawakili, mawakala au matapeli, hajali kitu, maadamu ni ofisini. Amehakikisha kwamba mdaku yule kaingia ofisini, kwa hivyo, hana tena mdaku atakayeingilia mambo yake. Yumkini ndiko anakofanya kazi maluuni yule. Watu wanajishengesha na mambo ya watu wengine kwa nini? *Pilipili us'oila yakuwashiani*?

Yule banati anauacha mchezo wa kusoma orodha ya ofisi na makampuni asiyokuwa na haja nayo. Anatoa mfukoni "wasia" wake uliokuwa kwenye karatasi ya manjano. Anausoma tena:

Kwa nini mmenitendea maovu bila imani? Bora udongo kukufukia kuliko binadamu kukuchukia kiasi hiki. Kwa nini kufurahia fedheha yangu? Kwa nini anguko langu ni furahiko lenu? Mtaanza kuwa binadamu lini? Kwa heri dunia. Salama.

Anairudisha tena mfukoni. Huo ndio ujumbe wangu watakaoupata mafidhuli wa dunia hii. Anatazama madirisha makubwa na marefu ya vioo yaliyopamba upande mmoja wa eneo la kambarau, madirisha yaliyoleta mwangaza mwangavu wa jua la asubuhi mle jumbani. Anakaribia dirisha moja na kusimama karibu nalo. Anashusha pumzi. Lo! Muda wenyewe ndio sasa umefika. Muda wa kutenda la kutenda. Aaa! Ila sharti kutahadhari. Sharti niwe na moyo baridi. Nisipapatike na kuamsha tuhuma mpaka nigotoe shughuli hii. Wacha nijifanye nasubiri kambarau ili nipande na nishuke ghorofani. Kisha pindi eneo hili likiwa halina mtu, basi . . . .

Watu wawili watatu wanashuka na kupanda kambarau. Wanaompata pale wanamwacha pale kasimama; waendao chini wakidhani ataka kwenda juu, waendao juu wakidhani ataka kwenda chini. Hatimaye kabaki peke yake. Watangazaji wa mpira wangesema hatimaye kapata "*golden chance*." Kapata penalti ya kutimizia mradi wake, mtu ambaye kwa hari na harara aliyonayo moyoni anaweza kufunga kona seuze penalti. Anapiga hatua kuelekea dirishani. Anakigusa kitasa cha dirisha. Kisha ghafla bin vuu, anahisi mkono wa mtu unamgusa begani. Lo! *Katiliwa mguu wa kausha* dakika ya mwisho.

Anageuka mara moja kwa hasira za mkizi. Pasi kujua ni nani, yule binti anamwachia kibao kikali shavuni kinachodata sauti ya mfyatuko kama wa baruti. Anatanabahi kuwa ni yule mwanamume mdaku. Hamaki zinampanda zaidi. Anajaribu kumnyaka kibao kingine. Yule mwanamume anauwahi mkono wake kabla haujamfikia shavuni mara ya pili. Anajaribu kumkamata msichana wa watu. Msichana anamng'ata meno mkononi. Watu wengine wanatokea – ama ofisini au kwenye kambarau. Mwanamume na mwanamke yule wameshikana mikono wanamenyana kwa mtukutiko huku mwanamke akipiga usiahi mkubwa. Tandabelua moto mmoja. Ilmradi sinema ya bure imezuka wakati wa asubuhi.

"Kuna nini hapa?" Baadhi ya watu wanaulizana.

"Labda wapenzi wanapigania mapenzi yanayotaka kufa."

Yule msichana anaacha kupapatika. Anasimama tu wima huku akilia kwa kikweukweu na machozi yakimtiririka kama chemchemi kutoka kwenye bustani nzuri ya maua. Msichana kayaya anayewavunja wanaume shingo wakigeuka kumtazama. Uso umegeuka bustani inayonyunyiziwa chemchemi ya machozi mtawalia. Bado hata katika mtafaruku huo anapendeza si haba msichana wa watu.

"Mwapigania nini?" Mwanamume mmoja anauliza.

"Hatupigani?" Anajibu yule *mkware*.

"Kulikoni jamani?"

"We unakuja kunishika, kunigusa kwa nini?" Anafoka yule msichana.

"Hayo si ni makosa makubwa ya jinai," anadakia mwanamke mwingine aliyekula akashiba.

"Mpelekeni kortini. Hawa wanaume lazima washike adabu. Wanafikiri mambo ni kama zamani?"

"Sema ulimgusa kwa nini?" Anaongezea mwanamume mwingine. "Unamjua?"

"Simjui."

"Mshikeni mumpeleke polisi."

"Polisi ya nini? Achomwe!"

"Akamatwe."

"Atandikwe."

"Hawa ndio wabakaji."

"Mbona msisikilize upande wangu wa kadhia hii?" Anauliza yule mwanamume.

"Mwone alivyovalia vizuri kumbe ni mbakaji."

"Mtieni tairi shingoni!"

Wanaume mikota wanatokea ghafla na kujaribu kumtia nguvuni yule mwanamume. Hapo ndipo anapotokea mwanamke mwingine mwenye umbile tipwatipwa.

"Mwacheni ," anasema. "Kuna nini Lokorio?"

"Hawa watu wangenisikiliza wangejua lililopita."

"Huyu twafanya naye kazi hapa ni mwanasaikolojia maarufu," anasema yule mwanamke aliyetokea mwisho. "Hebu msikilizeni."

"Kwanza nataka kumwuliza huyu dada ambaye namjua na simjui. Ulikuwa unafungua hili dirisha kwa nini?"

Kimya kirefu kikajiri. Yule msichana aliyeugeuza uso wake bustani inayoshamiri chemchemi ya machozi aliendelea kusinasina kwa kilio. Lakini mara hii aliuinamisha uso chini. Alitikisa kichwa. Bila kusema kitu alikurupuka mbele ya kila mtu na kuelekea dirishani tena na kujaribu kulichupia hilo dirisha. Akawahiwa na umati wa watu kabla ya kulifikia.

"Niachie niruke!" anasema kwa sauti kubwa. "Sitaki kuishi tena."

Anajaribu kujibabadua lakini mikono ya kumzuia na kumkamata ni mingi na thabiti. Anabaki kuguna miguno na kuhema mihemo kama mbuzi anayechinjwa.

"Basi mwaona?" Aliendelea Lokorio. "Hebu nisikilizeni tena. Basi nyie mnaomzuia asichupe kutoka ghorofa ya ishirini mpelekwe polisi, au mpigwe kitutu mfe, sio? Kwa nini msitiwe tairi mkateketea kama kuni? Mmekanyaga chechele wananchi wenzangu kwa mazoea haya ya kuchukua sheria mikononi mwenu. Mmeigeuza nchi hii nchi ya wauaji bure bilashi. Kila mwananchi ni mwuaji tu aliyejiambika utakatifu usiokuwa na mbele wala nyuma."

"Ndio wachawi, vibaka, sinzia, wazinzi wote tunawachoma tu," mtu mmoja alisema kwa matani.

"Hapana si wachawi wala vibaka au sinzia au wazinzi," anatoa kalima nzito Lokorio. "Ni watuhumiwa tu. Na mara nyingi adhabu hailingani na kosa au huwa hapana kosa kabisa. Hii ndiyo ithibati ya ushamba wa nchi hii, nchi inayojiteketeza kwa mikono yake yenyewe. Nchi inayowala watoto wake wenyewe kama mbwa - nchi isiyowapenda watu wake wenyewe kwa dhati. Nchi inayojitia kitanzi au kujifisha yenyewe ifilie mbali kama huyu binti anavyodhamiria kufanya sasa hivi. Si ghalibu kwa nchi kama hii yenye hasira na jeuri katika nyoyo za wananchi wake kuendelea."

"Lo! Na ulijuaje kataka kujitia kitanzi?"

"Nilikuwa naye kwenye kambarau tukipanda juu. Mtu makini pale nilipo nilihisi palikuwa na kitu kilichokwenda upogo katika hulka yake ingawa simjui au simjui vizuri. Nilimwona sura yake nikakumbuka nilikuwa nimeiona sura kama yake pahala fulani. Nikashuka na kwenda ofisini. Kisha ikanipambanukia kuwa kumbe nilimwona kwenye mtandao wa *internet.* Nikaamua mara moja kurejea hapa nilikomwachia akijifanya anasoma kibao cha ilani. Nikamkuta anajaribu kufungua dirisha ili ajichupe chini. Nikamwahi."

"Kama anataka kujiua afungwe jela maisha," karopoka mtu mmoja naye akazomewa na umati.

"Unataka kujiua kwa nini?" Anauliza mzee mmoja wa makamo.

Michirizi ya machozi ndilo jibu analopewa mzee huyo.

"Hebu nisingesema yote niliyosema hadharani ila kwa sababu ya dharura. Huyu binti anahitaji msaada wa faragha. Wengine wetu tu washauri nasaha, tutamsaidia."

"Bila shaka tuachieni," anasema yule mwanamke aliyeingilia kati mzozo mwanzoni.

"Njoo twende ofisini."

Salama alikubali shingo upande. Umati ukawatumbulia macho mpaka walipoingia ofisini. Kisha ukafumukana. Pale ofisini Kanini alimpa karatasi za shashi kufutia machozi. Akampembejea kwa fadhili na maneno mateule. Akampa bilauri ya sharubati anywe. Akamwuliza usuli wake na shughuli zake maishani. Salama akamweleza alipoipata kauli kuwa alikuwa mwanafunzi wa mwaka wa pili katika Chuo cha Mafunzo ya Mawasiliano. Alitarajiwa kuhitimu hivi karibuni akiwa na matumaini makuu ya kupata ajira kwenye vituo vya redio na runinga. Matumaini hapo mwanzoni yalikuwa makubwa. Kisa na maana ni kuwa ana sura nzuri na umilisi usiokadirika wa lugha za Kiingereza na Kiswahili na kipaji kikubwa cha utangazaji. Lakini . . .

"Ulikuwa umeandika ujumbe unaoeleza sababu ya kujiua?" aliuliza Kanini.

Salama alitoa mfukoni "wasia" wake na kumkabidhi Kanini. Machozi yalikuwa sasa yanaelekea kukauka.

"Unajiua kwa sababu ya watu?" Anauliza Kanini baada ya kumaliza kusoma.

"Wajua pindi nilivyokuona ukisubiri kambarau pale chini niling'amua umetafrika. Mara moja nikahisi sharti pawe pana jambo linalokutafiri."

Mito ya machozi ilianza kutishia kufurika tena mashavuni pa Salama.

"Salama," anasema Lokorio. "Niambie waziwazi, unajiua kwa sababu ya picha zako za tuputupu zilizopachikwa na kusambazwa mtandaoni mbali na karibu?"

Salama alitikisa kichwa kuafiki hilo. Machozi nayo yamtoka njia mbilimbili.

"Washaniua tayari maskini miye!" Alisema kwa mnong'ono baina ya kwikwi za kilio.

"Kilichobaki ni kiwiliwili tu. Mimi sipo."

"Upo ati," alishikilia kani Lokorio. "Na ukijirusha kutoka ghorofani utadondoka kama embe dodo kutoka mwembeni na kugeuka fungu la nyama. Utakuwa magazetini kesho. Watu watasoma na kukusema. Kisha wataendelea na shughuli zao kama hukuwahi kuwepo. Watu! Utajiuaje kwa ajili ya watu wasiokujali wala kukubali? Hawakuthamini na kwa hiyo, hawastahili thamani kubwa kama hiyo ya uhai wako."

Michirizi zaidi ya machozi.

"Dadangu usilie ukaniliza na miye," alisema Kanini. "Hivi kila binadamu ana lake la kashfa linalomkaa moyoni. Ama watu wanalijua au analijua mwenyewe. Lakini kila wimbi la dhiki likija kumdhikisha mtu, humuacha imara zaidi kuchuana na maisha."

"Yachukulie haya kama maji ya moto. *Maji ya moto hayachomi nyumba*," aliongezea Lokorio.

Salama aliwaza na kuwazua kwa kitambo kirefu. Akajisaili mwenyewe. Maskini nitaanzaje elfu kwa njiti tena? Ila hakusema kitu.

Maswali

1. Je, ni kwa nini mwandishi wa hadithi hii ameiita "Maji ya Moto"?
2. "Salama ni mhasiriwa wa jamii iliyochafuka." Jadili ukweli wa kauli hii ukirejelea hadithi.
3. Fafanua sifa na umuhimu wa Salama katika hadithi.
4. "Yachukulie haya kama maji ya moto. *Maji ya moto hayachomi nyumba*."
    a) Eleza muktadha wa dondoo hili.
    b) Kauli hii ina maana gani? Na ina umuhimu gani kwa anayeambiwa?
5. Eleza nafasi ya taharuki katika hadithi hii.

Doreen Baingana (Uganda)

Doreen Baingana ni mwandishi aliyebobea na kutopea katika fasihi hasa hadithi fupi. Yeye ni mzaliwa wa Uganda na kwa sasa anaishi Amerika. Ana shahada ya M. F. A. aliyopata kutoka Chuo Kikuu cha Maryland, College Park. Mnamo mwaka wa 2002, alitunukiwa tuzo ya kiusomi ya ***Artists Fellowship*** kutoka kwa Tume ya Wilaya ya Columbia ya Sanaa na Elimu ya Ubinadamu. Mnamo 2003, alipata tuzo nyingine ya AWP katika bunilizi fupi. Baingana amechangia pakubwa katika hadithi fupi. Mchango wake umedhihirika katika mkusanyiko wa hadithi fupi ambao umechapishwa na matbaa ya Chuo Kikuu cha Massachusetts.

Njaa

Kumbukumbu Yangu

Patti Mugisha

Shule ya Upili ya Gayaza, Kampala, Uganda, Afrika, Jumapili hii ya Ulimwengu, Aprili 10, Saa 8 Mchana

2.00 alasiri

Shule ya bweni ni kama mahali pa mateso ya muda au kuwamo gerezani mtu anamotupwa ili asubiri wakati fulani upite. Hilo ndilo jambo kubwa ambalo mimi hulifanya: kusubiri wakati upite. Kuna saa *tano* kabla ya wakati wa chajio kufika, na basi tayari tumbo linaninguruma. Nipo hapa nimeketi kwenye dawati langu, peke yangu darasani, naandika kumbukumbu yangu badala ya kudurusu kwani mitihani ya mwisho iko karibu kwa juma moja tu lijalo. Nasubiri majuma matatu marefu yapite ili nirudi nyumbani, nyumbani hatimaye. Mungu, tafadhali nisaidie niweze kumakinika ili nisome *jitabu* hili la historia la kipumbavu. Sitaki kusoma bwenini na wanafunzi wengine. Napendelea kuwa peke yangu darasani mlimo na masalio ya maandiko ya michoromichoro ubaoni, madawati na viti vilivyoparaganywa ovyo kutokana na kupanguliwa darasa la wasichana la somo la mwisho la Ijumaa. Samani hizi kuukuu zilizomo darasani zinaonekana kuwa zimezeeka mno kama mabaki ya uharibifu baada ya fujo zilizopita.

Mchana tulikula viazi vitamu na choroko. Hakikuwa chakula kibaya kama chakula chetu cha kawaida – (yaani) viazi vya kupondwa, lakini hakikutushibisha. Chakula cha shuleni hakishibishi kamwe. Hakuna siri katika ukumbi wa kulia, hakuna kwa kujificha. Jambo hili ndilo ninalolichukia shuleni. Sina muda wangu binafsi. Hali hii hunifanya nihisi kama kwamba hata fikra zangu zinaonekana wazi. Huwa tunabanana wasichana kumi na watano kwenye meza moja, wasichana kutoka vidato vyote, ili tujifunze kutokana na wakubwa wetu. Ahueni ni kwamba ukumbi wa kulia una madirisha makubwa katika kuta za pande mbili. Madirisha hayo hufunguliwa ili kupitisha mwanga na hewa safi ndani. Kwa kutazama nje kwenye madirisha hayo, angalau naweza kupumbaza macho yangu kwa kuangalia miti iliyonawiri huko.

Kwenye ukuta mmoja wa ukumbi wa kulia, pana mchoro ambao nimekuwa nikiutumbulia macho kwa miaka mitatu mirefu sasa, ili kukwepa kukimezea mate chakula kikipakuliwa. Nahitaji kuufunikia *umero* wangu. Hamna anayekumbuka ni wanafunzi wa kidato kipi cha somo la sanaa waliochora mchoro huo, au ni lini ulichorwa. Ni mchoro mmoja miongoni mwa mingine unaoonesha shughuli zote zilizo chini ya jua: kanisa lililo na mawimbi ya alama za sauti za muziki zilizoelea kupitia madirishani kuelekea mbinguni taratibu; shule (yetu) iliyo na madarasa yaliyojaa vichwa vyeusi vya duara; ndege inayoruka angani ikitazama chini ya malisho ya ng'ombe, moto wenye wekundu unaofifia katika jengo la ofisi na magari ya zimamoto na ambulensi na watu wanaokimbia mbiombio kandokando ya jengo hilo; watoto wadogo wanaovuka barabara, wakishikana mikono; malaika wanaoelea mahali fulani wameshikamana mikono mbinguni; na juu ya hayo yote jua la njano. Hata hivyo, jua hilo (huwa baadaye) haliangazi kwa mwanga wa njano kamwe. (Kwani) rangi zote za mchoro huo zimechujuka na kuwa kijivu cha malai ya kahawia na kuoana vyema na harufu ya maharagwe yaliyoungua kuselelea kwenye ukumbi wa kulia, kabichi zilizooza, sahani za plastiki zenye mafutamafuta, na jasho linalotoka kwa kadri ya wasichana mia mbili. Ninachunguza kila kitu cha kuchekesha kwenye mchoro huo huku nikitumai na kuomba kimoyomoyo nitiliwe chakula cha kutosha kushibisha tumbo langu.

Leo wakati wa chakula cha mchana ilikuwa zamu ya Joyce kutupakulia chakula na kukiweka mezani petu. Kama kawaida, alitutilia chakula kidogo mno hivi kwamba nilitamani kulia. Baada ya kukibwakia chakula hicho na kulamba sahani zetu, tulisubiri muda mrefu wakubwa wetu wapige domo, wakijua fika sisi wengine, tulikuwa tukingoja chakula cha nyongeza. Vyombo vya vyakula huwekwa upande wa meza ambapo wasichana wa vidato vya juu hukaa. Kwamba hata kama wasichana hawa ni wanene tayari, wao hujiongezea chakula kwanza na kumaliza chote, wakituacha sisi wadogo wao, tukitumbulia macho sahani zetu tupu, za kijivu kutokana na uchafu zenye mkao wa vinywa wazi visivyo na umbo mahususi. Tumbo langu linanguruma, sasa hivi, hata baada ya chamchana. Ah! Mungu, naomba heri leo badala ya mateso haya yote. Uliahidi kujaza pomoni vikombe vyetu. Ulitwambia, 'leteni vyombo vyenu na sio vichache.' Amina!

Jambo linalokera sana ni kumwona Linette katika ukumbi wa kulia akikipuuzilia mbali chakula kwa sababu anaporudi bwenini anabugia polepole pakiti nzima ya biskuti au mkate mzima wa boflo. Baba yake ndiye Waziri wa Kilimo. Linette huweza kumudu kuchezea chakula cha *bwaloni*, akakikorogakoroga sahanini hadi kikawa takataka. Sijizuii kumtumbulia macho. Linette hubeba bwaloni rojo ya pilipili, majarini, parachichi la kupondwapondwa – na chochote cha kuyafanya maharagwe yenye *vipukusi* yaonje kama chakula. Hata baada ya kukiongeza chakula chake viungo, Linette hula kidogo tu huku akikunja uso nasi tukila chetu kwa pupa. Ah! Natamani ningeyala mabaki ya chakula chake. Ningeyalamba mabaki ya parachichi katika sahani yake. La! La! Baba yangu wa mbinguni hunijaza. Yeye hutosheleza kila hitaji langu. Ndiyo, Bwana, naamini.

Nadhani nitakaa darasani. Sioni umuhimu wa kuteremka kurudi hadi bwenini kwa chai ya saa kumi. Hiyo inayoitwa chai, isiyo na sukari wala maziwa, ni maji machungu na meusi tu.

5.30 Magharibi

Nyakati nyingine ni vigumu sana kumwamini Mungu, hasa nikifikiria mambo anayonipitishia. Na husema ananipenda. Nilirudi bwenini wakati wa chai, kwa vyovyote vile, kwa sababu nilikuwa na njaa sana. Nilimwamini Mungu kwa miujiza (yake). Kwa nini nisimwamini? Mimi ni mtoto wake; mtoto mteule. Labda ningemwomba Linette anikopeshe pesa kiasi fulani. Niliwaza. Shilingi tano tu za kununulia kitu cha udohoudoho.

Nilikuwa nikiendea chai, Linette aliponiona. Aliniagizia nimletee pia kwa sababu alikuwa ameshughulika kusukwa nywele. Linette alikuwa amekalia jamvi la katani lililotandikwa sakafuni katikati ya miguu ya Maria huku wamezingirwa na fremu za chuma za vitanda vyetu vya ghorofa zilizong'aa kwa weusi. Maria humsuka nywele Linette kila juma kwa mtindo changamani wa *biswahili*. Linette naye humpa Maria mabaki ya vyakula, mafuta ya nywele, *Cutex* na *Colgate*.

Maria, kimsingi, ni *koty,* mtumwa anayetumwa ili apate chakula ingawa hawezi kamwe kuungama ukweli huo. Watu wa aila yake hawaji kumtembelea shuleni. Maria ametoka kitongojiduni cha ndani kwa ndani huko Busoga. Walimu humpa viatu, nguo na hata nauli ya kurudi nyumbani mwishoni mwa muhula, shule ikifungwa. Ungetarajia Maria awe mtu mpole, mnyenyekevu na, unajua, mwenye shukrani kwa sababu ya hisani anazotendewa. Lakini wapi! Maria hana chembe ya unyenyekevu au shukrani! Maria hawezi kumsuka nywele msichana mwingine ila Linette na ana mienendo kama kwamba baba yake ni waziri pia. Huiga jinsi Linette anavyozungumza na kujaribu kutembea kama yeye, akiyarusha makalio huku na kule. Hata hivyo, Maria hajafungasha, hana ya kurusha. Makalio yake ni bapa kama meza na ni mwembamba na mrefu kama ujiti. Yeye si kama Linette: mfupi na mwenye kiwiliwili kilichoviringika vizuri kama *timazi.* Linette ana mashavu mororo na yaliyojaa; ya mtoto aliyedekezwa, kama kwamba kinywa chake kimeshindiliwa ndizi nyingi. Hawalingani hata kidogo. Hawafai kuwa pamoja, ni aibu kubwa wao kuwa pamoja. Ingawa sipaswi kusema hivyo kwani hivyo ndivyo Muumba alivyowaumba. Bwana Yesu, naomba msamaha. Kwa hakika, namwonea huruma Maria kwa sababu Linette hujifanya rafikiye wakati tu anapohitaji kufuliwa nguo, kupigiwa nguo pasi na kung'arishiwa viatu. Marafiki wa kweli wa Linette ni wasichana wa kitajiri wa Bweni la Sherbonne. Nani asiyejua hilo?

Vyovyote vile, nilipokuwa nikienda kujaza kikombe changu chai, Linette aliniambia, "Patti, niletee chai, tafadhali." Ni kama kwamba nami nimekuwa *koty* wake.

Maajabu hayana ukomo! Maria naye alikichukua kikombe chake cha plastiki kichakavu, kizee na chenye mapaku na kuniambia, "Patti, nami pia niletee chai."

"Lakini nina mikono miwili tu!"

Wote walikunja nyuso kisha Linette akamwambia Maria kama kwamba kwa kumliwaza,

"Maria, usijali, tutagawana chai yangu."

Linette aliniangalia kwa jicho la uhasama, kama kwamba mimi, niliyekubali kumletea chai, ndimi niliyekuwa mchoyo.

Nisibishane, mimi ni mtoto wa Mungu, kwa hivyo, nilikichukua kikombe cha Linette shingo upande. Kikombe cha Linette hakikuwa cha plastiki. Kilikuwa cha kaure nyeupe iliyong'aa. Nje kilikuwa kimenakishiwa kwa michoro ya *Mickey Mouse*. Kikombe hicho kilikuwa kizito pia. Mkono wake ulichoma, kilipojazwa chai ya moto. Tutajulikana, hata hivyo, kwa matendo yetu. Amina.

Niliporudi na chai, niliamua, kwa kukata tamaa, kufanya jaribio la mwisho la kujiaibisha.

"Linette, tafadhali, nipe kijiko kimoja tu cha sukari."

Maria aliniangalia kwa kiburi, aliposikia nikiomba. Hakuhitaji kujikusuru kama mimi ili apewe sukari, maziwa ya ungaunga, ndizi mbivu na chochote kile ambacho Linette angekuwa nacho.

Linette hakuniangalia hata kidogo. Alitwaa kikombe chake cha chai mkononi pangu na kuondoka kwenda kwenye sanduku lake lililokuwa kila wakati limeshiba vyakula vya kila aina. Alipofika aliita, "Maria, *bambi*, mkate wangu umeharibika. Utajali kula biskuti kwa chai tu? Ah, ngoja. Pana karanga." Linette alisema.

Tumbo langu lilinguruma kwa ukali kama jibwa. "Linette, tafadhali," nilizidi kumsihi Linette.

Linette aligeuka huku ameudhika kama kwamba nilikuwa nzi mchafu aliyekalia begani pake. "Patti, unaombaomba kila mara. Je, ninapaswa kulisha bweni zima mimi?"

Linette alizungumza makusudi kwa sauti ya juu, akiwa pale *ushorobani*, huku wasichana wakitoka na kuingia katika vyumba vyao na kwendea masanduku yao. Kila mmoja alimsikia Linette; na mwenyewe alilijua hilo. Ghafla, kichwa changu

kilijaa chuki lakini nilikuwa nimenaswa na unyonge wa mahitaji yangu. Sikuweza kumwangalia Linette machoni. Maria aliangua kicheko kikubwa cha dhihaka kilichosikika hata nje ya chumba chetu. Mbona sikujiendea zangu tu? Sikuweza. Nilihitaji sukari kuliko kitu kingine chochote.

"Kijiko kimoja tu," nilizidi kumsihi Linette.

Linette aliitwaa chai yangu kwa fujo. Matone ya chai yalimwagika sakafuni na mengine miguuni pake. Kisha akanifokea.

"Ah! Ona sasa vile umefanya!"

"Linette, nisamehe."

"Usiniombe msamaha! Haya, hii hapa sukari yako."

Linette alimimina vijiko vinne vya sukari harakaharaka katika chai yangu bila kujali chembechembe hizo za rangi ya fedha na za thamani kumwagika sakafuni. Huo ulikuwa uovu wa kudhamiria. Linette alijua fika kuwa ningesaza angalau sukari kidogo kwa minajili ya matumizi ya kesho. Nilipanda juu ya kitanda changu kilichokuwa cha ghorofa na kuuficha uso wangu katika kitabu changu cha historia. Bado nilikuwa nikihisi hata sasa. Aibu. Nilihisi kutamauka. Sikuwa na nguvu za kuwa na hasira.

Chai yangu sasa ilikuwa ya uvuguvugu na yenye utamu wa kuchukiza ulioumiza koo yangu, lakini niliilazimisha kupita kooni. Sikuwa nikisoma ila kuwaza. Ah, Mungu! Vipi Wewe una upendeleo! Unawezaje kumpa mwovu vyakula vyote na vitu alivyonavyo? Mbona nilijitesa kwa kurudi bwenini kunywa chai? Ningejikalia katika darasa lililo tupu huku nikitafuna hewa na kumeza mate hadi wakati wa chajio ufike.

Nilitaka kulia. Sikuweza kuwapuuzilia mbali wawili hao, Linette na Maria, waliokuwa wakila, wakizungumza na kucheka kama kwamba hakuna lolote lililotendeka. Linette ndiye aliyekuwa akizungumza kila mara huku Maria akisikiliza na kushangilia, kujifanya ameshangaa na kuridhishwa na yote aliyosema Linette. Kuwa *Koty* hakukuwa rahisi kwa Maria. Ama ilikuwa imemjia kikawaida? Na – hapana, tafadhali, Mungu. Sina maneno ya ubaya. Lakini Maria ndiye hubwakia karanga; si mimi. Mungu wangu mpenzi, ni funzo la sampuli gani napaswa kusoma kutokana na haya yote?

Nilipita karibu na bwalo na mabweni mengine nikirudi darasani. Niliwaacha nyuma wasichana walioketi vikundivikundi barazani huku wakila kila aina ya vitu vya udohoudoho – kababu, mahindi ya kuchomwa, biskuti – huku wakipiga gumzo na kucheka. Njia ya saruji tuliyopandia kwenda madarasani ilipakana kila upande na nyasi zilizokuwa zimekatwa kikatili na kusongwa; hali iliyoibua hisi zangu za huruma. Nyasi hizo zilikuwa nadhifu mno kuliko kawaida. Zilikuwa kama sare za wanajeshi zilizokwishapigwa pasi.

Mungu husema kuwa mateso yetu huwa na sababu. Sababu gani? Labda, labda tu Mungu atajibu maombi yangu na *Maama* atakuja kunitembelea jioni hii. Itakuwaje na Yesu akirudi? Namaanisha, *itakuwaje*? Ah, Kiama tulichoahidiwa! Ningechukuliwa juujuu pamoja na watakatifu wengine huku tukiwaacha nyuma Linette na Maria ili wateketee motoni huku wakilia na kusaga meno wakiomba wahurumiwe. La, hayo ni mawazo ya upumbavu. Na maovu. Nisamehe, Baba. Nipe moyo wa kuwapenda, kwa vyovyote vile, kwa sababu kwa sasa hapana; mimi siwapendi. Ninalowazia tu ni tumbo langu.

Ni heri nirudi katika udurusu wa historia ambayo kwangu inanielea kama uzushi; mambo yaliyopita, yaliyosukwa kama hekaya za kimaadili za wema dhidi ya uovu, wenye nguvu dhidi ya wanyonge. "Shaka Zulu aliibukia kutoka asili ya maskini...," na kadhalika. Historia yake ni jinsi alivyopigana na kuua watu wote na hatimaye kuwa mfalme. Ninachohitajika kufanya ni kukariri haraka iwezekanavyo haya yote kikasuku ili niyatapike wakati wa mtihani na niweze kuyasahau punde tu baada ya mtihani. Lakini nimeshindwa kabisa kumakinikia kusoma; nina njaa ya ajabu; niko mtupu. Ninataka nini? Nilitamani kiranja yeyote angekuja akinikimbilia wakati huo kunitangazia kuwa *Maama* amefika. Muujiza! Tafadhali, Mungu, tafadhali.

7.00 Jioni

Kengele ya chajio inapigwa kuvunja kimya kilichotamalaki jioni yangu iliyojaa huzuni. Mlio huo wa kengele unaashiria chakula angalau, hata kikiwa kibaya vile kilivyo. Nimemaliza kusoma kumhusu Shaka Zulu; nimemmaliza, ni mfu. Mlio wa kengele hiyo pia unaashiria mwisho wa muda wa juma kwa wanafunzi kutembelewa na jamaa na marafiki shuleni. Hakuna la ziada. Siku nyingine tano ndefu za njaa na bila matumaini zinanikabili. Yesu wangu, wewe tu ndiwe unayejua ni kipi kilicho cha manufaa zaidi kwangu, lakini inaniwia vigumu kungoja kudura Yako. Inaniwia vigumu kwa hakika.

8.00 Usiku

Chajio chetu kilikuwa *cas-kat*; mihogo yenye weupe wa wanga kwa maharagwe makubwa ya kahawia. Ijapokuwa mihogo hiyo ilikuwa mingi zaidi na ya kutosha, haikuwa rahisi kuitafuna, Ahsante, Yesu! Niliila kwa umero wa fisi. Kila mmoja alinikodolea macho nikiila, lakini nijali nini? Njaa ifikapo, haya hutokomea. Kengele ililia kabla sijamaliza kula lakini sikuwa tayari kukiacha chakula changu. Nilijifanya kupuuzilia mbali masimango ya wasichana waliofuta meza na kuburura viti na wengine wakifuata mkondo wa kuelekea bwaloni: wasichana ambao hawakujali lolote na waliojiamini, walilakiwa huko nje na hewa baridi kiasi ya jioni. Waliogelea katika ujotoujoto wa usuhuba wa marafiki zao. Hawakuwa na la kuwasumbua isipokuwa labda chunusi chache zilizowachipuka nyusoni.

Wasichana wengine wawili tu ndio tuliobaki nao katika bwalo kubwa lenye mwanga hafifu. Tuliinamia kimyakimya sahani zetu na njaa zetu. Ni wasichana wa *maalo* tu ndio hubaki nyuma bwaloni; wasichana washamba, walafi, ambao kwa njaa kuu hulamba sahanini kila punje ya kinachoitwa chakula. Wengine hutukodolea macho na kutubeza huku wakiondoka bwaloni. Sisi dhidi yao; wasichana wa *maalo* dhidi ya wasichana wa aila ya kitajiri. Tutakosaje kujali wafikirivyo kutuhusu, tuonyeshapo wazi umaskini na ulafi wetu? Sisi huaibika kwa kutokuwa na chembe ya aibu.

Jambo baya mno ni kuwa mimi hujiona afadhali kuliko wasichana washamba. Mimi kwa hakika, si *maalo,* wa kutoka kitongoji. Nilikulia mjini Entebbe. Babangu alikuwa mhasibu mkuu katika Benki ya *Standard. Taata* alikwenda Uingereza na Ulaya mara nyingi kufanya kazi na alikuwa akitununulia marinda na viatu alivyotuletea alipokuwa akirudi. Vitu hivyo havikuwa wala visingeweza kupatikana kamwe mahali popote Uganda. Tulikuwa na gari aina ya *Benz* kwa hakika. Lakini ulevi wa baba ulipokithiri na kuwa wa mchana na usiku akapigwa kalamu. Ilitangazwa katika runinga kwamba aliachishwa kazi 'kwa maslahi ya umma'. Sitaki kamwe kuelezea fedheha hiyo.

Maama, sasa, hulazimika kulima jioni baada ya kazi na siku za mwisho wa juma. Yeye hupanda miharagwe, mihindi, *doh-doh* – chochote cha kumwezesha kuweka akiba duni kwa minajili ya mahitaji yetu ya kimsingi. Maskini mama. Hana gari wala muda wa kuja kunitembelea, au kunipa pesa. Kila mtu, kwa kweli, yupo pabaya kiuchumi hasa baada ya utawala wa Idi Amin – hali ambayo ingekwepeka. Haya yote nayaandika kwa nini lakini? Nimechoka kuyawaza haya; kuyazungusha akilini nikitafuta wa kumlimbikizia lawama. Kwa nini nisiwe na mawazo mepesi, furaha na ucheshi kama wasichana wengine? Maisha yangu yanaweza kuwa rahisi zaidi kwa namna hiyo. Labda kwa sababu pia mimi ni mwana wa Mungu. Yeye hutwambia kuwa sisi tu tofauti; sisi si wa ulimwengu huu. Hatufai kutamani kuwa sehemu ya ulimwengu huu mwovu, lakini sifanikiwi kujiepusha nao.

10.30 Usiku

Taa zimezimwa tayari, lakini ni lazima nijizuie kulala ili niyaandike haya. Kila kitu ni jinsi kilivyokuwa hapo awali, lakini tofauti. Nawezaje kueleza haya? Baada ya chakula cha jioni, niliamua kwenda juu katika ukumbi wa kanisa letu kwa ushirika wa waumini. Nilikuwa nimechoka kujifanya kuwa nasoma. Nilikuwa nimechoshwa na bweni. Nilikuwa nimechoshwa na upigaji domo wa Linette na Maria na wengineo wote. Nilichoshwa na mawazo yangu.

Niliuona ukumbi wa kanisa uking'aa, kwa mwanga hafifu, nilipokuwa nikipanda kilimani kuelekea gizani huko. Muhogo wa chajio ulinikaa barabara kama mwamba tumboni, lakini pia nilihisi hali ya utupu fulani na maumivu hafifu ya kutamauka. *Maama* hakuwa amekuja kunitembelea. Najua anafanya kazi zote yeye mwenyewe na si mimi peke yangu tu wa yeye kufikiria; wako ndugu zangu watatu. Mungu, msaidie *maama*, Nilimwombea kimoyomoyo. Tafadhali, mpe neema. Nilitazama mbinguni, nikitumai kuona … kuona nini? Kuona uwepo wa Mungu, utokako msaada wangu. Ah, Mungu, nisaidie. Niliomba. Usiku ulinijibu kwa kimya baridi.

Kwa kawaida, tulifanya mikutano yetu ya ushirika wa waumini kwenye sehemu ya mbele ya ukumbi wa kanisa, mbele ya msalaba mkubwa wa mbao uliotundikwa juu kwenye ukuta mweupe pe pe pe. Samani zilizokuwa hapo mbele zilikuwa tu meza moja wazi na fomu mbili zilizo kando ya kila ukuta. Hapo ndipo madhabahuni: mahali pasipo na vitu vingi – sahili - wazi na safi. Sehemu kubwa iliyosalia nyuma, hatua chache kutoka madhabahuni, zimepangika safu za fomu nyembamba za kahawia. Sisi huchukua baadhi ya fomu hizi na kuzipanga kwa mkao wa nusuduara kwa minajili ya mkutano wetu. Mkutano huanza kwa sala na baadaye kutoleana ushuhuda wa baraka na neema za Mungu katika maisha yetu. Baada ya wasichana watatu kutoa ushuhuda wao uliosheheni matukio ya bashasha, nilisimama.

"Mwenyezi Mungu asifiwe!"

"Tumsifu Yeye!" Wasichana walijibu kwa pamoja.

"Nilimwomba Mungu leo jamaa zangu waje kunitembelea hapa shuleni, lakini hawakufika. Najitahidi, hata hivyo, kuelewa kwamba mipango yangu siyo ya Bwana; majibu yake siyo majibu yangu na ni lazima nimshukuru nyakati zote. Hata iwapo nitachekwa au kudhihakiwa au nione njaa au …."

Ushuhuda wangu ulikatikia hapo; nilichanganyikiwa. Je, nilikuwa nikisema nini? Sikutaka kueleza kuhusu tukio la kuomba sukari nisije nikajiaibisha zaidi kadamnasi. Hatimaye, nilisema kwa kutojiamini, "Mungu asifiwe" na nikarudi kitini na kunywea.

Wasichana walinong'onezeana kwa kunihurumia, lakini sikuamini hisi zao zilikuwa za dhati. Nilikuwa mjinga kiasi gani? Ushuhuda wangu haukuwa na maana yoyote na niliuhitimisha ghafla, tofauti na wasichana wengine waliomalizia ushuhuda wao kwa furaha huku wakisifia ushindi na baraka za Mungu. Je, ni kwa nini sikuona adhama ya Mungu katika maisha yangu, badala ya kujali tu tumbo langu? Nakwambia, njaa ni kama mtoto anayelia na kulia; huwezi kufikiria kuhusu jambo jingine mpaka umtulize.

Kilifuata kipindi cha sala zaidi, baada ya kipindi cha ushuhuda. Wasichana waliomba kwa jazba. Waliokuwa na upako wa Roho Mtakatifu walizama katika bahari ya baraka; wengine walinena kwa lugha ambazo sikuzielewa. Nilipiga magoti, nikafunga macho yangu na kungoja huku nikiwa nimechoka kumsihi

Mungu anisaidie. Sauti za wasichana watakatifu zilipanda kwa mihemko. Nilihisi kutengwa na wengine; kama kawaida. Mwanga wa taa darini uling'aa wekundu kupitia vigubiko vya macho yangu huku niking'ang'ana kuvuta makini yangu kwake Mungu. Nilihisi kuemewa zaidi na maisha na njaa; njaa ya chakula, njaa ya Roho Mtakatifu, njaa ya kutengwa na kundi hili la waumini, madada zangu katika Kristo, njaa ya kutengwa na wasichana wengine bwenini, njaa ya kutengwa na aila yangu – njaa ya kutaka kuwa sehemu ya kitu fulani.

Ili kujiliwaza, nilianza kukariri vifungu vingi vya Biblia vilivyosheheni ahadi za baraka nilivyovikumbuka. "Usiogope; kwani niko na wewe… nijapopitia katika bonde la kivuli cha mauti, sitaogopa uovu wowote kwani uko nami. Fimbo yako na gongo lako litanifariji mimi …" Hata baada ya kukariri vifungu hivi, sikuweza kufuta kumbukumbu za tukio chungu la sukari kichwani. Fedheha na umaskini ulinibana.

Sauti ya msichana mmoja ilipaa juu ya sauti za waombaji:

Hata hivyo, Bwana Yesu, njoo

Moyoni mwangu ili nihisi upendo wako.

Ijapokuwa mara kwa mara nimesaliti imani yako;

Hata hivyo, Bwana Yesu, njoo.

Sauti za wasichana wengine ziliungana na sauti ya mwimbaji huyo katika wimbo huo. Waliimba kwa sauti za juu kama watu waliopagawa. Nilikaa kimya huku nikingoja – kungoja nini? Sikujua. Wasichana waliokuwa karibu nami waliimba kwa sauti za juu, kama za watu wenye maumivu, wakiyumbisha viwiliwili vyao taratibu. Ni kama kwamba waliona raha kutengwa ulimwenguni, lakini pale pa kuteuliwa na Mungu kuwa warithi wa ufalme wa mbinguni. Yesu tu ndiye angewawezesha kushinda mateso ya ulimwenguni; ni Yesu tu.

Mwanga ulielekea kufifia katika macho yangu. Hisi za aibu, njaa na upweke ziliitambaa nafsi yangu na kuifurika kama mto mweusi na kutishia kunizamisha. Nilizidiwa nguvu na huzuni ya ajabu na kuhisi kama kwamba nimeguswa na huzuni ya Yesu Mwenyewe. Nilianza kulia na kuuficha uso viganjani huku bado nimeinamisha kichwa changu. Sikuweza kujidhibiti; sikutaka kufanya hivyo. Machozi yalinibubujika polepole na kwa maumivu. Sikujizuia kamwe; niliyaacha yatiririke huru huria. Mawimbi na mawimbi mengine makubwa yalivunja kingo za bwawa dhabiti la kuzuia matumaini yangu ya uongo, hila, maombi yangu na imani zangu zisizo na matumaini. Ulifuata mbubujiko wa uchafu wa kujichukia, uchungu na lawama za kuteseka kwangu shuleni, uluwa wa familia yetu uliokwenda mrama, kumkosoa *Maama*, manung'uniko, kusaka pesa kusiko ukomo, ulevi wa

Taata usio ukomo na majaribio ya kuuacha bila mafanikio na kuishia kuzama zaidi katika ulevi huo huo, familia yetu kumchukia baba kwa kuiletea aibu na masikitiko. Mbubujiko zaidi wa ubinafsi wangu na kujihurumia kulikokuwa kumenifunga minyororo na kunizuia nipae kwenye anga ya dini yenye utakaso na uhuru ulifuata. Matamanio yangu yalifura na kufurika. Ukumbi wa kanisa wenye kelele na kundi la watakatifu walafi lilitokomea huku nikilia na kulia na kulowesha machozi mikono, uso na kifua changu.

Baada ya muda ambao sikumbuki kiasi chake, mchafuko wa bahari ya nafsi yangu ulitulia. Sasa nilijihisi mwepesi kama samaki mfu aliyebebwa na mawimbi baada ya dhoruba kubwa. Utulivu wa ajabu uliivaa nafsi yangu. Kimya kilijiri ukumbini. Nilifumbua macho yangu na kuinuka. Niliketi huku nikivuta kamasi kidogo. Wasichana waliokuwa karibu nami walilialia. Sikupaswa kulia. Nilipaswa kubwabwaja kwa lugha zisizoeleweka, kumsifu Mungu na kuimba na wala sio kulia bila kujidhibiti. Lakini sikujali walivyonifikiria. Nilijihisi kama mtoto mchanga aliyezaliwa: aliyekuwepo tu.

Ukumbini mlikuwa na wasichana wawili ambao hawakuwa wameokoka. Wasichana hao walikuwa wameketi pembeni pa kundi letu. Walikuwa wamekuja kujionea burudani ya Kikristo kwa sababu hamkuwa na jambo jingine la maana la kufanya Jumapili jioni katika shule hii ya bweni inayochusha. Wasichana hao wawili walinitumbulia macho kwa kutoamini, kisha wakaanza kuchekacheka. Sikujali vicheko vyao. Nilitaka kucheka pamoja nao. Kwa nini nisicheke pamoja nao? Mawazo yangu yalikuwa kiwimbi katika ziwa tulivu. Mungu alikuwa amenitwaa na kunipeleka mahali pengine pazuri zaidi.

Baada ya mkutano, tulishikana mikono na kukariri sala ya "Neema ya Bwana". Baadhi ya wasichana walinitazama kwa jicho la kuibiaibia. Sikujizuia kuwaangalia huku nikitabasamu. Tulipokuwa tukiondoka ukumbini, mmoja wa wasichana wale wawili aliuliza kwa sauti ya juu, "Ana nini yule? Kwani ana wazimu?"

Baadhi ya wasichana, kwa kawaida, walibaki nyuma baada ya mkutano huku wakijikusanya katika vikundivikundi, wakizungumza na kupigana pambaja hapo nje ya ukumbi. Kabla ya siku hii, ningekuwa nimejiondokea kama mgonjwa pweke wa ukoma ili kukwepa kugusana hata chembe na binadamu yeyote. Leo hii nimebaki hapo nje ya ukumbi, nimesimama kwa kujiamini na kufurahia giza jepesi lenye ujotojoto, chini ya mbingu iliyopendeza kwa mbali. Niliweza kuonja amani. Amani hiyo ilikuwa tamu. Ingawa sikulazimika, nilihisi ukunjufu wa madada zangu waliokuwa wakijishughulisha na taratibu zao za kawaida. Nilijihisi kuwa sehemu ya mbingu isiyo na ukomo na ya kuajabisha iliyomemetea ulimwengu kwa mwanga wa kale wa nyota; wajumbe wa Mungu. Nilitembea polepole kurudi bwenini, kwa yale yote yaliyokuwa yakingojea, kama ilivyokuwa tu hapo awali.

Maswali

1. Je, ni kipindi kipi cha muhula wa shule ambapo mwandishi wa shajara, Patti Mugisha, anaandika? Eleza huku ukinukuu sababu za jibu lako kutoka hadithini.
2. Ni kipindi kipi cha maisha ya mwandishi kimesimuliwa katika kumbukumbu?
   a) Ni mtindo gani umetumiwa kutuwezesha kujua mengi kumhusu msimulizi nje ya kipindi kinachosimuliwa katika kumbukumbu?
   b) Simulia hadithi ya Patti Mugisha, mwandishi wa shajara, kutoka wakati wa awali hadi mwisho wa hadithi.
3. Eleza sifa za wahusika wafuatao:
   a) Patti Mugisha b) Baba'ake Patti c) Linette d) Maria.
4. Je, Patti ni muumini mwaminifu wa dini? Ana mawazo yapi kumhusu Mungu?
5. Maskini wanatofautishwaje na matajiri katika hadithi?
6. "Tuliinamia, kimyakimya, sahani zetu na njaa zetu."
   a) Je, ni njaa zipi nyingine zinazojitokeza kijazanda katika hadithi?

b) Njaa hizo nyingine zinahusianaje na njaa ya kimwili?

7. "Nilihisi kutengwa na wengine; kama kawaida."
   a) Je, ni kwa nini Patti anahisi upweke akiwa miongoni mwa wasichana wengine?
   b) Je, ni sifa yake gani au zake zinazochangia ukweli huo?
8. Eleza maudhui makuu ya hadithi.
9. Kutokana na hadithi, Patti ana fikra zipi kuihusu shule? Je, ni mahali ambapo anapaswa kuwepo au ambapo hapaswi kuwepo?

Mada za kujadili

1. Jadili ufaafu wa mtindo wa hadithi kwa yaliyomo.
2. Je, usuli wa wanafunzi huathiri jinsi wanavyohusiana shuleni? Jadili huku ukitoa mifano kutoka shuleni mwenu.
3. Je, wewe ukiwa mwanafunzi wa shule ya upili, unapata mfanano wowote wa maisha yako na ya Patti?

Kenna Wasike

Kenna Wasike ni mwandishi chipukizi ambaye ameibuka hivi karibuni kwa kishindo kikubwa. Ana shahada ya elimu (B. Ed) kutoka Chuo Kikuu cha Nairobi. Amechapisha novella ***Kivuli cha Ndoto*** na kuchangia hadithi fupi katika Diwani ***Sina Zaidi na Hadithi Nyingine*** iliyohaririwa na Ken Walibora na Iribe Mwangi.

Bahati

Katika majengo ya makao makuu ya mkuu wa wilaya, Sihaba kaketi kwenye benchi iliyomo ndani ya ofisi ya mhazili. Amekuja hapa kupata msaada wa kifedha kwa minajili ya bintiye, Bahati, anayetarajia kujiunga na shule ya upili ya wasichana ya Bondeni. Bintiye kafanya vyema katika mtihani wa taifa wa darasa la nane ilhali hela za karo hana. Anamwonea bintiye imani ila hajui afanye nini. Ni saa nne sasa na maskini kakalia benchi hii tokea saa moja asubuhi. Saa tatu mtawalia zimepita huku akingoja. Stahamala hazimwishi. Anaamini kuwa moyo wa haja hauvunjiki. *Atafutaye hachoki, akichoka keshapata.*

Kutokana na ukweli huu, Sihaba amekuja kujaribu bahati yake ilmuradi bintiye asome. Ametoka kwao Pembeni kuja hapa akiwa na moyo uliojaa matumaini ya heri na fanaka. Licha ya kuwa mkuu wa wilaya, Bw Maboni, haonani na watu hivi hivi. Sharti mtu awe amepangiwa miadi ndipo aweze kumwona. Pia inasemekana kuwa yeye hana wakati wa kuzungumza na kina yahe wapiganao ili mikono iende vinywani. Hata ingawa yeye hana miadi yoyote, ameamua liwe liwalo. Anajua fika kuwa yeye ni kabwela na mmoja wa akina yahe wasiokuwa na mbele wala nyuma. Hata hivyo, leo, sharti amwone. Lazima amwone ndipo haja yake itimizwe. Lisilobudi hutendwa.

Akilini mwake yupo bintiye, mtoto wa pekee kama jicho moja la mtu. Tokeo la pekee la uzazi tangu alipofunga ndoa na marehemu mumewe, Madevu. Bahati kapatikana baada ya mimba chungu nzima kutibuka na yeye, Sihaba, kuitwa majina yasiyokuwa na idadi. Aghalabu Sihaba hapendi kukumbushwa masimbulio aliyokabiliwa nayo mosi hizo. Ni kama kumtonesha kidonda.

Lakini kinyume na mimba nyingine za awali mimba iliyombeba Bahati ilikuwa salama u salimini na ilikubali kukua hadi ulipotimu wakati wa kujifungua. Hata hivyo, waliozoea kumcheka na kumsibabi walifanya hivyo pasi na kificho. Ilikuwa nafasi muhimu ya kumcheka. Hasidi hakosi sababu. Na mahasidi wake walikuwa watu wake wa karibu. Kikulacho ki nguoni mwako. Wifi zake ndio waliochochea moto wa husuda na kejeli kumwelekea. Tangu hapo hakujua kawakosea nini. Hakujua uchungu waliokuwa nao kumwelekea ulihusu nini. Alichojua ni kwamba hawakumtaka awe mke wa kaka yao. Kulingana nao Sihaba alikuwa mwanamke duni ambaye hadhi yake haikumpa kuolewa na Madevu. Haya yote aliyakumbuka akiwa amekaa akingoja kumwona mkuu wa wilaya.

Angali anakumbuka yote yaliyojiri. Mimba ilikua upesi, mgomba unakawia. Na kama wasemavyo kazi ya kulea mimba ndiyo kazi, Bi Sihaba aliomba kwa dhati na himdi pasitokee chochote kidhuru mimba yake. Mimba hiyo ilipotimu miezi minane, tukio la ajabu na la kuvunja moyo lilitokea. Mumewe aliyekuwa mkulima mwenye bidii na hamasa alianza kuugua ugonjwa wa ghafla. Alitoka shambani kupalilia mihindi iliyokuwa imenawiri. Alikuwa buheri wa afya na mcheshi licha ya mavune yaliyokuwa yamemtambalia kote. Hakuonesha dalili zozote za kuumwa wala kuugua. Alienda ghalani akaliweka jembe lake, akaelekea sebuleni na kujipweteka kwenye kochi mojawapo lililokuwa limekonga. Hakuwa mneni kama ilivyokuwa kawaida yake. Akajinyoosha na kuiwasha redio yake ya *National*. Akasikiliza taarifa ya habari na matangazo ya vifo. Wakati huo mkewe alikuwa jikoni akimwandalia maji fufutende ya kuoga. Kama kaida yake, ilikuwa raha yake kupumzika kochini baada ya kazi na kuisilikiza redio hiyo iliyompa burudani na kumpasha habari za mambo yaliyotukia nchini na nje ya nchi.

Katika hali ile ya kungoja maji ya kuoga tumbo likaanza kumwuma kimchezo-mchezo tu.

"Mke wangu nafa jamani njoo," akapiga kite kwa maumivu.

Sihaba pale alipo kijoyo kikaanza kumtukutika kifuani. *Nini kimetokea jamani*? Alijiuliza. Sihaba akakimbia huku na kule licha ya unyonge wa uzazi kumlemea, ili ayabadili maji hayo ya kuoga na kuyatilia mseto wa chumvi na sukari ili ampe mumewe ili pengine apate shufaa kabla ya kumkimbiza hospitalini.

Akakakania jiko la makaa lililofanya inda na kukataa katu kuwaka upesi. Sihaba hakuvunjika moyo. Matumaini yalikuwepo. Mumewe alihitaji kuponywa ima fa ima na endapo angeangema, mumewe angemfia machoni. Naye, kwa kurejelea mapenzi ya dhati aliyompa mumewe, hakuwa tayari kumpoteza. Katika ulimwengu wake uliosheheni maadui waliopania kumtia doa maishani mwake, ni mumewe peke yake ndiye aliyekuwa rafiki wa dhati. Wakati umma ulimcheka Sihaba, Madevu aliondokea kumpenda na kumtia moyo.

"Mke wangu usiwe na wasiwasi," alisema Madevu kwa sauti iliyojaa huruma.

Haya ndiyo yaliyokuwa maneno yaliyompoza Sihaba na kumtuliza kabisa. Kwake yalikuwa dawa mujarabu iliyolainisha ugumu wote uliokuwa umemkabili mkabala. Hivyo basi kumwona mumewe katika hali hiyo kulimpa kiwewe kisichokuwa na mfano wake.

Aliharakisha akatia maji mekoni kwenye sufuria. Akauchochea moto na punde maji yakawa tayari. Alipotia chumvi na sukari na kuhakikisha ni sawa, alimkimbizia na kumnywesha. Ijapokuwa kilikuwa kibarua kigumu kumnywesha Madevu maji hayo, alijikaza kisabuni.

"Mke wangu sa... samahani kwa hali ninayokupitishia," alitamka Madevu akidodosa kwa sauti nyonge kwelikweli.

"Hunipitishii katika hali yoyote ngumu, mpenzi wangu," alikanusha Sihaba huku macho yamemwiva.

Kauli yake Madevu ilimshtua sana. Moyo ulikuwa ukimpiga na majasho kumpukutika pukutee. Sihaba alipomgusa Madevu usoni moyo ulivunjika. Joto lilikuwa jingi mfano wa joto la pasi au tanuri.

"Kwa…kwa...kwa he...eri," alisema Madevu kwa tabasamu ya kutisha.

"Usiseme hivyo mume wangu," alilia Sihaba. "Nina mwanao tumboni."

"Mtunze vyema mtoto huyo," alitamka Madevu. "M..w..i…te B..baha...ha…ti."

Na hayo ndiyo yaliyokuwa maneno ya mwisho aliyowahi kusikia kutoka kwa mumewe. Mume aliyempenda na kumwenzi kama mboni ya jicho lake. Baada ya kusema maneno hayo, Madevu alianza kufafaruka na kutoa mapovu mdomoni. Sihaba tamaa ikamkauka. Ukatokea uyabisi wa matumaini. Hapo ndipo Sihaba alitanabahi kuwa mambo yalikuwa yamezidi unga. Yalikuwa yameharibika vibayavibaya. Alikimbia huku na kule kama fahali aliyepandwa na madadi. Alihitaji msaada.

"Mpenzi usiniache," alikuli Sihaba baina ya kekefu za kilio.

Alimgeukia mumewe aliyekuwa kalala kochini, yu hoi. Uhai ulikuwa unamwambaa taratibu. Sihaba kwa mara ya kwanza katika maisha yake aliuhisi uchungu wa kweli. Na kama wasemavyo, uchungu mchungu ni uchungu kweli. Tangu alipoolewa na Madevu, maisha yake yalikuwa kitali. Kila siku akipigana vita asivyojua ushindi wake. Vita visivyojua mwisho wake. Thama na mapenzi ya dhati aliyokuwa nayo Madevu kumwelekea, Sihaba angekuwa hayupo tena. Sasa alijua kuwa yumo katika hali mbaya. Ni kama rubani aliyeharibikiwa na ndege akiwa angani, hajui afanye nini.

Macho yake yaliyofurika machozi yalimwona Madevu akianza kudodosa maneno ila hayakutoka. Akajaribu kupepesa macho lakini hakuweza. Akautia mkono kwenye kifua cha Madevu, akasikiliza kwa makini kijoyo kilichokuwa kikidunda kwa udhaifu kikadinda; hakikudunda tena. Damu ikakataa kutembea mwilini. Na punde si punde Madevu akakata roho.

Kifo chake Madevu kilikuwa kama bomu iliyorushwa katika jumba refu la kifahari na kuliacha rundo la vifusi. Sihaba alipokea mauko ya mumewe kwa mshtuko na simanzi. Kwake yalikuwa maangamizi yasiyokuwa na mfano wake. Ulikuwa uchungu mkubwa sana kufiwa na mumewe. Usiku huo alilia sana. Alilia mpaka machozi yakamkauka machoni. Majirani waliosikia kwikwi za kilio chake walikuwa wamefurika furifuri chumbani alimolala Madevu usingizi usiokuwa na mwisho. Nyuso zao zilionesha mshtuko mkubwa.

"Kwani Madevu ameugua tangu lini?" mmoja aliuliza.

"Amekuwa buheri wa afya," alisema mwanamume mwingine kimbaumbau aliyekuja bila kujua kavalia blauzi ya mkewe. Tena kavalia nje ndani. Haikosi alikuwa katikati ya tendatenda ukwenzi wa Sihaba ulipokata hewa. "Tumekuwa naye shambani maskini buheri wa afya hana neno."

"Huenda ikawa amepewa sumu," alisema mwingine.

"Nani kampa sumu mtu asiyekuwa na ngoa na yeyote?"

"Lazima ni mkewe," sauti ilisema umatini. "Ni nani mwingine?"

"Tunajua wanawake wa siku hizi hawaishi vituko," alitamka mzee mmoja aliyekuwa amekaa kando ya maiti ya Madevu. "Lakini huu si wakati wa hayo. Tunaomboleza jamani. Waue au wasiue ndipo waimiliki mali yote ... ila hayo yatakuja baadaye," mzee aliendelea kurai.

"Mauti hayabishi hodi," alitamka mwanamke mwingine jirani. "Tuache kulaumu bila kujua tunacholaumu. Kwa sasa mauti yamemchukua Madevu bila matarajio yetu. Mbona tunamlaumu mwanamke kila wakati janga linapompata mwanamume?"

Malumbano ya jinsia kusutana yaliendelea miongoni mwa waombolezaji waliokuwa wamefurika chumbani mwa Marehemu Madevu. Hata hivyo, wapo majirani waliojaribu kwa kila njia kumhani Sihaba aliyekuwa hapozwi akapozeka. Wao hawakuona lolote la muhimu katika malumbano hayo. Wanaume kwa wanawake; wote waliketi naye na kumwambia maneno matamu yaliyokusudiwa kumpunguzia machungu yaliyokuwa yamemkumba. Licha ya wao kumwambia yote waliyomwambia, bado alihisi kang'olewa kiungo muhimu mno katika maisha yake. Madevu alikuwa muhimu sana kwake. Kuondolewa kwa kiungo hicho kulimwachia pengo ambalo kwake hapakuwa na mwingine wa kuliziba.

Hata hivyo, wifi zake Sihaba waliwasili kwa kishindo. Ujio wao uliwaatua nyoyo majirani waliokuwa wamekesha wakilia, wakigomba, wakisuta, wakilaumu, wakilalamika na kuomboleza. Macho ya majirani hao yalikuwa yameiva usingizi, bali si kama usingizi aliolala Madevu.

Almuradi ghamidha waliyokuwa nayo wifi zake Sihaba ilitosha kumkatakata vipande vipande kwa kudhani kuwa ndiye aliyehitimisha ghafla uhai wa kaka yao.

"Nani kakuambia umuue kaka'etu?" Aliulizwa Sihaba. "Leo utatuambia kweli. Utatuambia kilichomhini kuku meno. Tangu hapo tumejua kuwa wewe ni haini, shetani mfyonza damu ya watu."

Kauli za moto alizoambiwa Sihaba zilidhihirisha wazi hatari iliyomkabili.

"Wee muuaji! Sema kwa nini umetuulia kaka'etu?"

Ilikuwa rahisi kuona huzuni machoni mwa Sihaba. Aliangalia kwa jitimai na ghadhabu katika mchanganyiko wa kushtua. Usoni hapakuwapo machozi ila milizamu iliyokaukiana. Macho yalikuwa mekundu na kwa makini ungeona yalivyokuwa yameiva usingizi na kite. Kwa kweli yalimpitikia mawazo ya kila sampuli katika kujaribu kutafsiri maneno hayo makali kama kisu chenye makali kuwili. Maneno hayo yalimwingia masikioni mithili ya mkuki wenye sumu na kufululiza hadi kifuani na kumziba kauli. Akaanza kutetemeka kama jumba litetemeshwavyo na zilizala au jani la mnazi lipeperushwavyo na upepo mkali.

Aligeuka akawatazama 'maadui' zake waliokuwa wamemkabili kwa kila aina ya mashtaka. Hawakutaka kumpa muda wa kuinusuru roho yake. Alijaribu kufumbua mdomo aseme lililokuwa moyoni akakatazwa.

"Wewe bwege unasema nini?" Aliulizwa. "Nyamaza kama mfu kaburini."

Tetesi zilisambaa na kuaminika kuwa Sihaba ndiye aliyempa Madevu sumu. Na dada zake marehemu walikuwa wamezuumu kuzishikilia kikiki tetesi hizo. Ilikuwa ajabu akidi kwa Sihaba ambaye chungu chake daima hakikosi maneno kilimkauka. Wasemao husema, jungu kuu halikosi ukoko. Lakini asubuhi ile ilikuwa tofauti. Jungu lilikosa ukoko. Ilikuwa ajabu ya samaki kushindwa kuogelea majini.

"Hapa hukai," alisema Kidawa, mmoja wa dada za marehemu. "Huwezi kukaa hapa na kutoa machozi ya mamba."

"Hapa hapakai muuaji," shinikizo zilizidi.

"Sharti uondoke sasa au utambue kilichosababisha sangara kuchomwa moto." Kidawa alizidi kumtishia Sihaba. "Siwezi kuvumilia kumwona aliyeniulia kaka yangu. Wajifanya una mimba na pengine si yake. Nani hakujui?"

"Kama ungekuwa unajua thamani ya Madevu usingemuua," Saina, dada'ake Kidawa na mwenzi katika ukorofi, alisema.

"Samahani wifi zangu," Sihaba alijaribu kujitetea. "Kusema la kweli mimi sihusiki kwa vyovyote kwa kifo cha mume wangu."

"Nyinyinyinyi ... ati huhusiki?" Kidawa alidakia. "Nani hajui kuwa umejaribu mara nyingi kumuua?"

Tone la machozi lililokuwa likichungulia machoni mwa Sihaba lilimdondoka kifuani. Punde machozi yakaanza kumchiririka. Aliinua ncha ya leso yake na kuyafuta. Mambo hayakuwa rahisi namna alivyofikiria yeye. Saina na Kidawa walikuwa wamegeuka wendawazimu hasa. Vituko walivyofanya pale kiamboni vilitisha. Waliivamia nyumba na chochote cha Sihaba kikatupwa nje. Majirani wa mbali na karibu, na wanakijiji kwa jumla walibaki kumaka. Walishangaa kuona hamna chochote cha Sihaba kilichosazwa. Walitoa mpaka sindano ya kushonea nguo iliyokuwa imedungwa kwenye kalenda ukutani.

Madhali Sihaba alijua ujuba na ukaidi wa wifi zake, hakupoteza muda wake kuwarai wasimfukuze ila aliwaachia wakatenda walivyotaka. Kuna faida gani kumrairai mtu aliyeamua kuwa wewe ni muuaji? Majirani walijaribu kuingilia kati wakaambiwa wasijishengeshe katika mambo wasiyoyajua asili wala fasili yake. Wakaufyata. Wakiulizwa sukuti.

Sihaba alipoona ulimwengu umembiruka alifunganya virago vyake na kuondoka. Alikuwa mchovu kwa ajili ya shughuli za kumnusuru mumewe, na mimba yake pia iliyokuwa imetimu miezi minane. Mawazo yaliyokuwa kichwani mwake yalikuwa mengi na kukifanya kichwa chake kuwa kizito. Sihaba hakuamini kuwa alikuwa akiondoka kwake alikoishi zaidi ya mwongo mmoja tangu alipoolewa na Madevu. Alikuwa sasa akiondoka alipopaita kwake tangu alipoambiwa kuwa sasa alikuwa yeye ni mke wa mtu. Aliondoka akiwa na mzo wa tafakuri kichwani. Mawazo tipitipi yalimpita akilini na kumzonga vibaya vibaya.

Nifanye nini? Aliwaza na kuwazua. Maisha yake yalikuwa yameingia tenge tahanani. Tangu alipoanza kuchuchia chuchu za mama'ake hadi leo ukubwani hakuwahi kuonja ladha ya raha. Kwake yeye raha ni msamiati wa Kiswahili ambao matumizi yake huishia vitabuni na katika simulizi za wongo-na-ukweli. Mbona wifi zake na aila nzima ilimchukia kiasi hicho? Aliwakosea nini? Kila siku akikumbushwa kuwa hafai kuwa mke wa kaka yao. Alishangaa ni kigezo gani hutumiwa kupima ufaafu wa mtu kuwa mke au mume wa mtu. Aliamini tangu zamani kuwa mtu hufaa kuwa mke wa mtu endapo anayo mapenzi ya dhati na uwezo wa kumvumilia. Alipojitia kwenye mizani ya ubora wa mwanamke, alijiona akifaa kwa kila kigezo.

Alifikiria juu ya mimba aliyoibeba miezi minane sasa. Akawazia kuhusu shida ambazo mwanawe angepitia ulimwenguni kwa sababu ya ukosefu wa nafasi na hali. Je, akiulizwa na mtoto huyo ukubwani kilichosababisha afukuzwe angejibu nini? Angemtulizaje mwanawe endapo angejua kuwa kafukuzwa kwake kwa madai ya kumuua baba'ake?

Sihaba hakutaka kufikiria zaidi. Alikuwa mchege hata akilini. Aliona angeendelea kuwazia hayo angekuwa akiitia akili yake maumivu yasiyokuwa na kiwango. Sasa alijiambia: Yajapo yapokee. Almuradi walikuwa wameamua kumzika mumewe bila ya kumhusisha, na wao walikuwa na satua, alikubali japo shingo upande. Alijiasa kuwa hayo yalikuwa majaliwa yake.

Aliazimia kutafuta mahali pa kuishi akiendelea kuitunza mimba yake iliyokaribia kutoa tunda lililongojewa kwa hamu na ghamu. Lakini mahali penyewe ni wapi na pesa angezitoa wapi? Aende nyumbani kwao? Haiwezekani! Kulikuwa na kina cha ukata na unyonge! Alikokuita kwake sasa kulikuwa hakukaliki hata kwa kuvumilia. Aliafadhalisha kutoa sura yake pale na kufuata njia. Njia impeleke kokote. Kokote maadamu ni mbali na mahasidi hao, mahayawani, ibilisi. Akipata kazi apate hata ikiwa duni kiasi gani maadamu azumbue riziki. Hata hivyo, hakujua iwapo watu wangemkubali mama mjamzito pale alipo. Kila mtu ana lake. Huyoo! Yeye na barabara. Barabara na yeye.

Alichukua vitu vichache alivyoona hawezi kuvihalifu na aweza kuvibeba kisha akaondoka. Alijua angeendelea kuzubaa kiamboni hapo pangezuka kizaazaa na mwishowe zilizala. Mambo ambayo hakuwa na nguvu za kuyakabili.

Njiani, Sihaba alikumbukia siku alipoenda nyumbani kwa kina Madevu kuwataaradhia hali wakweze. Badala ya kumkaribisha kwa mlahaka mzuri waliishia kumtandika nusura kumwua. Hata jitihada za majirani na wasamaria wema kujaribu kumwokoa hazikutosha. Alitandikwa na kutwangwa mithili ya nafaka kinuni. Alipokumbuka kadhia ya siku hiyo, machozi yalimdondoka njia mbili. Ingawa hakutaka kuondoka kamwe, alijikumbusha kuwa lisilobudi hutendwa. Maadamu msukumo wa kuondoka ulikuwa umemzidi na ulikuwa umepaliliwa na kunyunyuziwa mbolea, alijirudi.

Baada ya kuwazawaza na kujiuliza maswali chungu nzima yaliyokuwa na uhaba wa majibu, aliamua kwenda kwao Pembeni. Pembeni ni kijiji kilichoko mbali kutoka Bondeni alikokuwa anatoka sasa, yapata maili sita hivi. Ukilinganisha Bondeni na Pembeni, utaona tofauti kubwa mno. Si lazima mtu aseme Bondeni ni afadhali kushinda Pembeni. Pembeni ni kule wajuao Kiswahili huita Kitongojiduni. Wengine huita Madongoporomoka. Wapo wanaoita Mbavu-za-mbwa. Sifa kubwa ya janibu hizi ni ulitima. Ni kitongoji walichokaa akina pangu pakavu. Wakazi wa Pembeni hawangeweza kumudu mabati ya kujengea nyumba zenye hadhi ya kutamanika. Wao hujikuna wajipatapo. Wamezoea kujiliwaza kwa msemo usemao kuwa ng'ombe hula kwa urefu wa kamba yake. Kwa hiyo, wao hukhitari kujenga nyumba za msonge ambazo udhabiti wake hutegemea rehema za Mwenyezi Mungu.

Huko ndiko Pembeni alikoamua kukimbilia baada ya mambo kumharibikia. Wahenga walikuli kuwa ng'ombe akivunjikia mguu malishoni, hujikokota zizini kusaidiwa. Licha ya kuwa kulikuwa hakuvumiliki, hakwendeki wala hakukaliki, ilibidi tu aende huko. Huko ndiko nyumbani kwao alikolelewa tangu alipokopolewa, akalia ng'aa ng'aa, akaenda tete, akacheza foliti, akaenda skuli, akajifundisha uzuri na ubaya wa wanaume, akavunjwa na kupondwa moyo na hatimaye kuangukiwa na jaha alipokuja Madevu maishani mwake na kutajia mapenzi yasiyojua kuugua na kumwoa halafu. Ndiposa yeye huamini kuwa kwenu ni kwenu hata kama ni kichakani.

Safari ilikuwa yenye shida kweli. Ilihitaji moyo na subira pia. Lakini ni katika hali hiyo ndimo alimojikuta wakati huo. Alijikaza kisabuni na kuuma meno kwa nguvu zake zote. Baada ya kuambua nyayo zake kwa henezi, alijikuta akikaribia kuvuka Mto Sioi. Mto huu msimu wa mesika huwa kama bahari. Hufurika maji yakapita kingo zake na kuenea mashambani hali ambayo hutatiza kujua kingo zake ziliko. Kwa sasa, huu ulikuwa msimu wake. Ulikuwa umefurika furifuri.

Daraja lililounga kingo za Mto Sioi liliundwa kwa magogo marefu ya mikalitusi yaliyokuwa yamekubali kutumiwa tangu kuja kwa wazungu katika Afrika iliyokuwa haijaona mabadiliko. Magogo hayo yalikuwa yamekubali dhiki ya kukanyagwa na watu waliotaka kuvuka. Kutokana na matumizi ya takribani karne moja, baadhi ya magogo hayo yalikuwa yamechoka. Yalikuwa yamekwisha kuoza na endapo mtu angevuka ng'ambo ya pili salama alifaa kumhimidi Mwenyezi Mungu kwa dhati ya moyo wake.

Sihaba aliujaribisha mguu wake kwenye daraja hilo dhalili. Akaona haliregei sana. Akautia mguu mwingine kisha akaanza kutembea taratibu. Alifaa kuwa makini lau sivyo adondoke majini aliwe na mamba na au samaki. Mto huo ulikuwa na mamba wengi na simulizi za watu kuumwa na mamba zilikuwa zinaogofya. Aliutia moyo mkononi na kujiendea. "Inshalla nitafika," alijiambia. Lakini alipofika katikati ya daraja hilo alisikia uchungu tumboni. Uchungu uliomkata kama kijembe cha ngariba. Akasita ghafla na kuinama. Mikononi mikoba yake kaikazania; haiachi. Alipoangaza macho huku na kule akaona bahari nzima inapita chini ya daraja hilo, isijue kuwa alikuwepo mtu pale darajani aliyekuwa taabani.

Kwa Sihaba, mbele kulikuwa hakwendeki nyuma hakurudiki. Hali yake ilikuwa taabani. Maji ya Mto Sioi yalinyiririka chini ya daraja hilo kwa utulivu mwingi. Utulivu wa maji mtoni ni ishara ya uketo mrefu. Sihaba aliwaza kuwa pengine alikuwa amemkosea mtu ndiposa alikuwa akipokea bidhaa ya vitendo vyake vibaya. Kaharibikiwa kwake, sasa yupo darajani anaumwa.

Pindi kwa pindi paliondokea ongezeko la uchungu tumboni mwake. Ajabu ni kuwa hapakutokea isimu ya mtu ambaye angemwauni. *Barabara hii haina watu jamani*, aliwaza Sihaba. Mtu aweza kujifia kwa kudondoka na kusombwa na maji asijulikane aliko. Kuliwa na mamba au kuuawa na viboko yalikuwa mambo ya kawaida katika daraja na mto huo. Alikumbuka zamani alipokuwa akipita kwenye daraja hilo pasipo ugumu wowote.

Baina ya uchungu wake akiwa pale darajani asijue angefanya nini, alitokea Msamaria Mwema. Alikuja mwanamume mmoja akisukuma baiskeli yake iliyozeeka iliyopiga kelele nyingi kutokana na mavune ya uchovu wa matumizi ya siku nyingi. Alifaa kuibeba ili aweze kuvuka. Lakini alipofikilia daraja alimwona mwanamke mbele yake. Anatatarika. Anahangaika. Anajiinamia mara anasimama mara anashika kamba za daraja mara hili mara lile. Hawezi kutembea. Alimhurumia na kumsikitikia. Alitua baiskeli kwenye kizingiti cha daraja. Akaiacha. Aliondoka kwenda kumsaidia. Alimshika na nusu kumbeba na nusu kumtembeza kwa nguvu zake na upendo wa kiume na kumvusha. Kilikuwa kibarua kigumu na hatari.

Katika hali aliyokuwamo Sihaba, hakuwa na nguvu za kusema "ahsante" ila alimtumbulia mwanamume yule macho yaliyoonesha shukrani kemkem alizokuwa nazo. Kibarua cha kumvusha Sihaba kilikuwa kimekamilika. Hata hivyo, jambo la dharura lilipaswa kutendwa ili kumwauni mtoto aliyekuwa akichungulia. Siku zake za kuzaliwa zilikuwa zimetimia! Tangu lini mimba ikakaa … pekee? Hili lilimpa wahaka. Kilikuwa kikwamo cha mawazo yake. Mwanamume yule, Msamaria Mwema, alitia na kutoa. Hakujua atende nini ili amsaidie mwanamke yule ajinabi aliyekuwa taabani. Je, ajitie ukunga asioujua? Aliwaza. Atoroke amwache hapo? Aliona huo si utu kulihali kumwacha mwanamke aliyehitaji msaada. Baada ya kitambo kirefu cha kupigana na mzo wa mawazo akilini aliamua kujitia ukunga. Wakati ambapo mambo yametatanika, aghalabu suluhu yenye utata hufaa sana. Aliufungua mkoba mmojawapo kati ya mikoba miwili ya Sihaba na kuchomoa blanketi moja ambalo lilikuwa kuukuu kiasi pamoja na shuka ya urujuani iliyokuwa na mauamaua ya rangi ya zambarau. Alienda akatandika kisha Sihaba akalala. Mwanamume yule alikuwa mzazi wa wana na mabinti tumbi nzima lakini la kuwa mkunga hakuwa ameliwazia hata kidogo.

Shughuli ilianza. Sihaba aliumana na maumivu yake. Yule bwana alikuwa makini asije akakiua kimalaika. Alimtia Sihaba moyo na kumsaidia ilipobidi. La mno ni jinsi alivyomwambia astahimili. Baada ya kulia na kulaani, kutusi na kulalamika, wakati ulifika, Sihaba akatumia viguvu vichache alivyokuwa navyo na taratibu kitoto kisichana kikatokea. Sihaba akajifungua salama salimini. Kijembe hakikuwepo. Ilibidi litumike ganda la muwa kukata ukamba. Kisha kitoto kikakoshwa maji baridi ya Mto Sioi. Kikapiga unyende.

"Mama," alisema yule mwanamume baina ya tabasamu. "Umejaaliwa kisichana, kinapendeza."

Sihaba aliposikia kilio cha kitoto chake alikuwa na nguvu. Mola kamjaalia kitoto kizima, tena kisichana.

Alijikaza akaenda pembeni kando ya mto huo akaoga. Waama ilikuwa hali ya kutisha lakini ilimlazimu. Akiwa katika ogaoga hizo aliwazia kwa nini mumewe alimwagiza amwite mtoto huyo Bahati. Baada ya kujinafidhi alirejea, ingawa dhalili, akanyoosha mikono kwa nguvu ili kukipokea kimalaika chake kilichokuwa kimeingia katika ulimwengu wa taabu na mashaka. Akakipekua na kuthibitisha alivyoambiwa.

"Baba'ako alijua itakuwa hivi," alitamka Sihaba huku tone kubwa la chozi likimdondoka kutoka machoni. "Alijua kuzaliwa kwako kutakuwa kwa bahati tu. Ndipo akasema nikuite Bahati, Mungu amrehemu maskini Madevu."

Mwanamume yule alitabasamu huku machozi yakimchungulia machoni kama aliyemwona Mwana Mpotevu. Hali ya Sihaba ilimgusa na kumwathiri vibaya. Alitamani kulia akashindwa. Alitamani kucheka akashindwa. Kilichosalia kilikuwa mbisho wa machozi na tabasamu yake ambayo haikufichika.

"Nyanyuka mama! Nikusaidie twende!" alimrai na kumhimiza yule mwanamke huku mwanamke huyo akikiangalia Ki-Bahati kwa jicho la mchanganyiko wa furaha na huzuni, huruma na chuki, tabasamu na kilio.

Sihaba alijikaza akakunjakunja blanketi na shuka iliyotumiwa katika shughuli za uzazi na kuitia katika mkoba. Walipoanza kwenda, ndipo alipotokeza mkewe mwanamume yule. Alikuwa mwanamke kimbaumbau na mwenye ngozi ya maji ya kunde. Alikuwa kabeba tita kubwa la kuni kichwani huku mikononi kabeba miwa. Muwa uliokuwa katika mkono wa kulia ndio alioumumucha.

Mwanamke yule alishtuka sana alipomwona mumewe kabeba mtoto mdogo na mkoba mkubwa mgongoni. Nyuma yake kamwandama mwanamke ambaye ndio mwanzo amejifungua. Hata maji aliyokoga hayajamkauka. Mwanamke asiyehusiana na mumewe kwa damu wala usaha. Au ni mkewe mwingine, aliwaza. Almuradi alishtuka mpaka tita lililokuwa kichwani likadondoka chini.

"Kumbe ni kweli wasemavyo kuwa mwanamume ni mwanamume tu," alisema mkewe Juma. "Wote virukamito."

"Mke wangu usiseme hivyo," alisema Juma huku moyo ukitokota kwa hasira iliyochanganyika na mshtuko. "Pokea mgeni. Twende naye nyumbani tukasemezane huko."

Mkewe Juma alikuja juu. Kadri alivyokuwa akizungumza ndivyo hasira ilivyozidi kumpanda. Alipomshikia mumewe kiuno na kutamka maneno zaidi ya elfu moja kwa dakika moja, ungeweza kutambua alivyokuwa akiumwa na kutikiswa na hali ile ya kumwona mumewe kakibeba kitoto kilichozaliwa na mwanamke mwingine. Ungeweza kuona vile midomo ilivyomkauka kutokana na kusema sana. Alitisha.

"Hicho kitoto utakiacha hapo," Aliamrisha yule mwanamke.

"Kwani mwanamke wewe huna utu?" Alisaili Juma kwa hasira. "Huoni mwenzako ana maumivu haya ghafla na anahitaji kusaidiwa?" Juma alitua kidogo na kumeza mate machungu. Ilikuwa rahisi kuona jinsi fundo hilo lilivyompita umioni na kumwanguka tumboni. "Kama u mkosefu wa utu hivi, ni bora nijue mimi ni kapera badala ya kuwa na mjalaana kama wewe eti ni mke wangu."

***

Miaka kumi na minne imepita tangu tukio hilo la pale darajani kutokea. Kumbukizi za kadhia ile karibu na Mto Sioi zinamkumbusha kuwa ulimwenguni kuna nguvu mbili kuu zinazovutana kila wakati. Wema na uovu. Uovu umo katika vuta n'kuvute isiyokoma na wema.

Ni saa tano mchana. Kumbukizi za kale yake zimempa mghafala akaghafilika. Mpaka sasa Sihaba yumo katika majengo ya makao makuu ya mkuu wa wilaya. Katika aushi yake kala yamini kumkumbuka mwanamume yule. Aliapa katu kutomsahau. Anakumbuka maskini mwanamume huyo alivyovuliwa nguo hadharani kwa kuitwa kirukamito na mkewe. Matusi, matukano na ufidhuli huo wote ulikuwa unatokana na yeye. Eti ameandamana na mume wa watu aliyebeba kitoto kichanga na yeye ndio mwanzo kajifungua. Sihaba mpaka leo ameshindwa atamshukuru vipi. Ingawa siku hizi Juma kabugia chumvi nyingi, na huenda kasahau hisani aliyofanya, yeye anakumbukia jinsi Juma alivyojisabilia kwake. Alivyojitolea asijali kuambikwa makosa. Mwanamke huyo, kulingana na ripoti alizopata, walitalikiana na mwanamume huyo. Ajabu! Mwanamke ni kiumbe cha ajabu.

Naam, miaka hiyo kumi na minne imejionea kukua na kubaleghe kwa Bahati. Amepitia hatua kadha za makuzi sasa anajitambua. Hata hivyo, Sihaba anakumbuka alivyopelekwa na Juma hadi nyumbani kwao katika kijiji cha Pembeni. Anakumbuka alivyopokelewa kwa mseto wa furaha na huzuni. Kapokelewa kwa mikono miwili kwa sababu ni mtoto wao aliyeolewa mbali karejea mzima, na yu salama. Alipokelewa kwa huzuni kwa vile tanzia ya mauko ya mumewe ilikuwa imefika na kuwaacha wamegutuka na kuhuzunika si haba.

Sihaba anakumbuka taabu aliyopitia akimlea Bahati. Inamhuzunisha akikumbuka wakati mwingine alipolazimika kulala njaa ili mwanawe apate kula. Anakumbuka pia Bahati alipoingia shule ya chekechea na kuanza masomo yake. Mosi zile karo ikimwia vigumu kupatikana kama maziwa ya kuku. Waama hakuepuka kuumana na masaibu ya bintiye kufukuzwa shuleni kila mara kwa ajili ya karo na sare nadhifu. Kawaida ya maisha kama alivyoyaelewa sasa ilikuwa kuwaomba wakuu wa shule ya Bahati asome huku akijizatiti kusaka pesa za ada ya masomo kwa udi na uvumba. Aghalabu mara moja mbili walikubali na mara nyingine walikataa katakata kumruhusu Bahati kusalia shuleni. Ilikuwa sharti alipe karo. Hilo nalo Sihaba alilifahamu. Ila ni mara chache alipolemewa, wakamruhusu afanye mitihani tu. Licha ya ugumu wa hali na mali aliopitia, Bahati aliondokea kuwa msingi wa matokeo bora masomoni. Wanafunzi wengine hawakumwona. Aliwashinda kila mara.

Bahati, kama ilivyotarajiwa na wengi, aliondokea kufaulu masomoni hata kuwashinda wanafunzi wengine waliokuwa daima shuleni. Fahari ya Sihaba iliweza kumtia kichaa. Kumwona bintiye akikwangura alama nyingi katika mitihani kulimpa faraja moyoni. Alimshukuru Mwenyezi Mungu. Alishukuru kwa kuona bahati katika bintiye. Alikuwa kabahatika tangu akiwa tumboni hadi sasa. Alikuwa na bahati ya mtende.

Tangu hapo mtihani wa taifa ulipofanywa kila mtu alijua Bahati angezoa alama nyingi kwa makisio ya walimu wake, huenda hata angekuwa miongoni mwa wanafunzi bora nchini. Na kwa kweli makisio yao yalisibu.

Hata hivyo, ilikuwa vigumu sana kupata pesa za kugharimia elimu ya Bahati katika shule ya upili ya kitaifa ya Bondeni jijini Majibora. Sihaba akawa hajifai kwa mawazo chungu nzima yaliyomlemea kuhusu hatima ya elimu ya bintiye. "Nitafanya nini?" Hili ndilo swali lililomkaa akilini daima. Ndilo swali lililomuumbua alipokuwa akienda mtoni kuteka maji. Ndilo swali lililompitapita akilini alipokuwa akipika *managu* katika chungu chake cheusi kwenye mafiga matatu nyuma ya kibanda alichokiita "kasri la malkia".

Leo ni siku ya kumi akisumbuliwa na swali hili. "Nitafanya nini?" Anasumbuliwa na unyonge wa uchumi na uhitaji. Ilhamu yake na ya bintiye kutaka kuendelea na kisomo ilikuwa ikimkondesha na kumfanya kifyefye. Kwa hiyo, ameamua kuacha staftahi aje katika ofisi ya mkuu wa wilaya kushtakia hali yake. Amesikia kuwa serikali imetangaza kuwepo kwa akali fulani ya hela za msaada wa kifedha kwa wanafunzi waliofaulu katika mtihani wa taifa kwa shule za msingi. Pesa ambazo zimenuiwa kuwafaa wanafunzi wanaotoka katika jamii za kichochole. Jana tu idhaa ya taifa jijini Majibora imetangaza kuwa wazazi wa wanafunzi kumi bora watembelee ofisi za wakuu wa wilaya zao ili wafaidike kwa msaada huo.

Maskini amekaa sana. Kwenye simu yake ya *siemens*, ni saa sita kasorobo. Mkuu wa wilaya kaganda ofisini mwake na msichana fulani aliyeingia. Pale kwenye mapokezi anahangaika na kungoja kwa machovu. Amekaa hadi akachoka ukomo wa kuchoka. Jicho lake limechoka kumwangalia sekritari wa mkuu wa wilaya. Stahamala zinakaribia kumwisha. Anaamua kwenda ndani awasilishe kilio chake aende zake. Ananyanyuka kutoka kwenye benchi kakamata barua ya mwaliko ya shule ya wasichana ya Bondeni na picha ya Bahati. Picha hii imemtoa Bahati kwa namna inayovutia mno. Kavalia rinda jeusi na fulana nyepesi nyeupe pe. Nywele kazichana na kuzilaza mlazomlazo. Ngozi ya maji ya kunde.

"Samahani bibie!" Sekritari anaamrisha.

Tayari mlango wa ofisi ulikuwa umefunguka na uso wa Sihaba ulikuwa umechupa ndani. Kwa hivyo, sekretari amechelewa.

Ndani, kulikuwa na viroja vya aina yake. Alishtuka kuona hali waliyokuwemo Bw. Maboni, ofisa wa wilaya, na yule msichana. Wanapomwoma wanashtuka na kusita.

"Unataka nini hapa?" Aliuliza Bw. Maboni. "Huoni nahitaji *privacy*?"

"What the hell does she want here?" anauliza yule msichana kwa ukali wa kujitia uliochanganyika na haya.

"Nimekuja kuomba msaada," alisema Sihaba huku akitetemeka kwa woga. "Mwanangu alifanya vyema katika mtihani wa taifa, alikuwa nambari mbili wilayani na sina hela za kugharimia elimu yake."

Bw. Maboni alimtazama Sihaba kwa hamaki. Ni kama macho yake yalimwambia aondoke. Akufukuzaye hakwambii toka …

"Lete barua yake nione," aliamrisha Maboni.

Sihaba alimkabidhi bahasha iliyokuwa na barua na picha ya Bahati. Maboni alipokuwa akichomoa barua hiyo, picha ya Bahati ilidondoka. Akaishika barua hiyo katika mkono wa kushoto na kuiokota picha. Na kama ilivyo kwake kaida aliondokea kuwa mwenye kiu ya kuiona picha hiyo kama fahali aliyekosa kunywa maji kwa siku nyingi. Aliitumbulia macho picha hiyo kwa makini kisha tabasamu ikatanda usoni.

"Yuko wapi bintiyo?" aliuliza baina ya kicheko. "Kwa nini hukuja naye?"

"Nimemwacha nyumbani anisaidie kugotoa kazi."

"Anataka kwenda shuleni kweli?"

Yule msichana sasa alikuwa akishikashika vitabu mezani, akifurukuta kwa kukosa raha. Anahisi ushindani. Anaichukua picha hiyo kutoka kwenye mkono wa Bw. Maboni na kuitazama kisha anaichanachana halafu anacheka.

"Mwambie aje hapa ofisini kesho saa tatu hivi," Maboni anamwambia Sihaba. Nitakuwepo kuzungumza naye tukamilishe *bursary* yake.

"Ndiyo bwana," anakuli Sihaba na kunyanyuka.

"Wakati mwingine jifunze kungoja wakati wako wa kuhudumiwa ufike," alisema Bw. Maboni na kumgeukia mgeni wake.

Yule msichana alisonya kwa kebehi na kucheka. "*She is stupid*," akasema.

Maswali

1. Je, unafikiri kikwazo cha mwanamke ni mwanamke mwenyewe? Jadili.
2. "Kama ungejua thamani ya Madevu usingemuuwa."
    a) Jadili muktadha wa kauli hiyo.
    b) Fafanua sifa za 'muuaji' katika kauli hiyo.
3. Je, kichwa cha hadithi kina ufaafu kwa hadithi.
4. Jadili mbinu tano za uandishi ambazo zimejitokeza katika hadithi.
5. Udhaniaye ndiye siye. Je, methali hii ni sahihi kwa mujibu wa hadithi? Fafanua.

Patience Onyut

Patience Onyut alizaliwa mwaka wa 1970. Kwa sasa ni mhadhiri katika Chuo Kikuu cha Mbarara. Ana shahada kadha. Alipata shahada ya kwanza kutoka Chuo Kikuu cha Kenyatta na shahada za uzamili mbili, moja kutoka Chuo Kikuu cha Victoria, Manchester, Uingereza mwaka 1996 na nyingine kutoka Chuo Kikuu cha Konstanz, Mjini Baden-Wurttemberg, Ujerumani mwaka 2006. Akiwa katika Chuo Kikuu cha Konstanz alituzwa zawadi ya kuwa mwanafunzi bora wa asili ya kigeni mnamo mwaka 2005.

Jambo Dogo

Kijana yule mwanamume alitembea kwa mapozi na madaha. Alikuwa kavaa kofia nyeusi iliyochujuka rangi. Alipenda kuiteremsha machoni kofia hiyo. Ungalimtazama ungalidhani anatafuta kitu au mtu fulani. Au bora tuseme akisubiri kitu fulani. Alikuwa kavaa shati na suruali nyeusi pamoja na kabuti la mtumba lililochujuka rangi pia. Alikuwa mtu ambaye ungeweza kupishana naye mara milioni moja wala usikumbuke kama ulikutana naye.

Alibeta kuingia taratibu kwenye barabara iliyojaa nyakanyaka na kumezwa na tumbo la umati wa watu waliojihimu kwenda kazini. Alitembea macho kayakodoa ungedhani ingemtokea hatari fulani ghafla. Baadaye alisita akasimama pembeni kusubiri windo mwafaka. Kipembe chenyewe kilikuwa kile ambacho ungewaona watu wasiojulikana wamesimama.

Alihisi kujiamini kama mwanariadha aliyefanya mazoezi ya kutosha asubuhi ya mashindano. Alitabasamu kidogo, midomo iliyokuwa mwanzo imekacha hatimaye ililegalega huku macho makavu yamekodoka. Ndivyo alivyo mpaka sasa. Aliibuka kimyakimya kwenye umati wa malofa wasiokuwa na majina miongoni mwa wapendao kusimama ovyo, wale wote wapatikanao kwenye barabara za jiji lolote kubwa. Yeye pia alitokezea tu hapo na kusubiri.

***

Kraft alivuta pazia na kutazama jiji kwa mara ya kwanza. Lilikuwa limefunikwa gubigubi na jua la asubuhi. Nairobi likaoneka jiji lililoko chini ya jua. Lakini jua lenyewe halikuwa baya sana. Si baya hata kidogo kusema kweli. Ingawa hoteli aliyofikia ilikuwa karibu na eneo la katikati ya jiji ilikuwa imezungukwa na bustani ya kijani iliyoipa hoteli hiyo uzuri wa mazingira ya shamba. Kwa mtalii kama yeye, hoteli hiyo ilikuwa taanusi kwa vile ilikuwa karibu na katikati ya jiji. Lakini pia ilikuwa na mandhari ya mashambani.

Aliingia kwenye chumba kimojawapo chenye fahari, akapata staftahi ya *continental breakfast* yenye mseto wa vyakula bora vya kupigiwa mfano kuliko vile ambavyo angeweza kupata nchini kwao. Yapo mambo mengi ambayo watalii wangeweza kuyafanya kwa pesa kidogo kwenye hoteli kubwakubwa: vituo maalumu vya michezo, ziara za kutazama wanyama wa porini … orodha isiyokuwa na mwisho.

Hata hivyo, hakufanya mambo hayo moja kwa moja. Kwanza, alitaka kutumia muda wake ajionee kidogo jiji la Nairobi – pepo ya watalii.

Akiwa kavalia mavazi ya khaki ya kahawia, Kraft alitoka kwa hadhari na asteaste. Alianza kwa kutembea kwenye barabara zilizo na ukimya kuelekea zile barabara za eneo la katikati ya jiji kwenye shughuli kemkem. Pochi yake ilikuwa kwenye mfuko wa nyuma wa suruali uliokuwa wazi. Kamera yake iliyoundiwa Ujerumani ilining'inia shingoni huku miwani yake ya jua ikiwa kwenye ukosi wa shati lake lisilovaliwa wakati wa kazi rasmi. Lakini jiji hili la Nairobi .... Wajua hakutegemea jiji la Kiafrika kuwa namna hii ... jiji linalokaribia kufikia ngazi ya kuendelea. Alikuwa kaona mikahawa ya kitajiri iliyotunzwa vizuri na maduka ya vinyago ... ingebidi arejee tena katika jiji hili ili alikague vizuri. Lo! Kuna magari mengi yaliyotengenezwa Ujerumani!

Alitazamatazama kidogo kwenye maduka machache ya nguo. Aliweza kununua shati moja au mawili wapendayo kuvaa watalii safarini. Sasa kafika kwenye barabara kuu. Aliendelea kutembea akiwa umbali wa kutosha kutoka kwa malofa na wapendao kusimama ovyoovyo kiasi cha kuhisi yu salama.

Alianza kuwa na mashaka kama kweli angezoea kutembea miongoni mwa wenyeji. Alihisi kero kuzungukwa na watu weusi waliomsakama kila kipembe. Haidhuru kwani hakulazimika kufanya lolote nao. Siku iliyofuata angeondoka kwenda mbuga za wanyamapori za Masai Mara akiandamana na watalii wengine Wazungu. Mahali ambapo weusi wa pekee walipo ni mahala pa huduma ya mapokezi ya hoteli hotelini, pahala ambapo yeye Kraft huulizia ufunguo wa chumba.

Alipotahamaki aligeuka akamwona mtu akikimbia barabarani na papo hapo akang'amua moja kwa moja kwamba pochi yake ilikuwa imeibwa. Aliugusagusa mfuko wa nyuma akiwa amepumbaa. Alibaki kaduwaa. Kashtuka mwisho wa kushtuka. Kadi zake zote za karadha, pasipoti yake, pesa zake ... vyote vimetoweka!

Alipojitambua tena, aliona barabara nzima imejaa watu walioshughulika. Hakuna aliyekuwa amezubaa tu au kusimama tu tena. Wote walikuwa wakimfuata yule mwizi, wakipiga mayowe kama kundi la wanyama walao wenzao huku wakisema, "Mwizi!"

Kijana yule alijaribu kuingia kwenye uchochoro akitumainia umrejeshe tena kwenye barabara za jiji. Alikuwa akisikia mchakacho wa barabara nzima ukimfuata. Moyo ulikuwa ukimdunda haraka kuliko vile miguu ilivyokimbia. Akili ilikuwa imemganda. Miguu tu ilikuwa ikikimbia. Alikimbia kwelikweli.

Kisha ghafla mmojawapo wa wale watu waliokuwa wakimfukuza alizidisha mbio, ikawa karibu amkamate. Kijana yule akatazama nyuma kwa hofu. Nusura miguu yake ijipinde kwa mgutuko. Akapenya uchochoro uliokuwa umetulia. Bado umati ulimfuata. Akiwa ana hofu, alibadili kasi yake na kuingia kwenye uchochoro mwingine mdogo zaidi. Akagongana na mtu aliyekuwa akitembea. Mtu yule alipouona umati ukimfukuza alimtega mwizi huyo miguu. Mwizi akaanguka chini tifu. Punde si punde umati ulimfika, ukamvamia na kuanza kumpiga mateke ubavuni na tumboni. Alijikunja kwa maumivu mtu mmoja alipomzaba teke kwenye kinena.

Kraft ndiye aliyekuwa wa mwisho kwenye umati akisepetuka kwa mshangao na kupigwa na kibuhuti. Aliufuata tu umati bila kujua chochote cha kutegemea katika tukio hilo. Alipobeta kidogo, aliupata umati ukikinyeshea kiwiliwili cha mwizi kilichokuwa chini makonde kichwani, kifuani, usoni .... Kraft alipofika hapo, mwanamume mmoja aliyekuwa na suti ya kijivujivu na tai isiyoonekana vizuri alimnyanyua yule kijana na kumsimamisha.

"Mrudishie mwenyewe pochi!" Akasema mtu mwingine ambaye hakuwa amevalia rasmi sana, na ambaye alionekana kusisimka na kuwa na ujasiri."

"Ndiyo! Mrudishie!"

"Mpe! Mrudishie pochi. Mrudishie hiyo pochi!"

Pochi ilinyakuliwa mara moja kutoka kwa mwizi na kuchopekwa kwenye mikono iliyokuwa haisongi ya mtalii aliyepigwa na bumbuazi.

"Tumchome!" Mtu mmoja alipaaza sauti.

"Achomwe! Achomwe!" Umati ulisema kwa jazba.

Mtalii aliganda palepale, akashangaa huku tairi ya gari na kibiriti vikiletwa. Hapakuwa tena na watu wangwana waliopenda kutazama tu au wale walioshughulika kwenda kwa ajira zao. Badala yake palikuwa na wanyama wauaji wenye kupenda kumwaga damu na kuteketeza wahasiriwa wao.

Baki la mwisho la kujiamini kwa mwizi liliyeyuka. Alipoona tairi na kibiriti aliuunganisha uso. Watamteketeza. Akili yake iligomea fikra kuhusu hatima hiyo. Badala yake alianza kumfikiria mamaye mzee kwao kijijini aliyeamini mwanawe kapata kazi nzuri yenye heshima. Asingeweza kumwambia mama kwamba jiji halikuwa kama nyumbani. Kwamba sharti mtu awe ameshinda mtihani, amesoma shuleni kwa muda mrefu kutosha ili kupata ajira hata ile duni kabisa. Mama hakujua kwamba fedha alizolipwa mtu kwa kazi kama hizo zisingetosha kununua chakula au kulipa kodi ya nyumba. Lo! Mama angejuaje kwamba usipokuwa na mtu akujuaye jijini unakuwa na hali mbaya zaidi kuliko panya wa mitaroni? Jiji halikuwa pahali pema kwa vijana wa mashambani wasiokuwa na stadi, wasiojulikana, wasiosoma.

Alimwaza rafiki yake Maina aliyekuwa amemtahadharisha ajiepushe na barabara kuu. "Hii ni kazi hatari. Ni kweli una ujuzi wa kutosha kwa sasa, lakini ubaki kwenye vichochoro. Utapata vitu vyenye thamani ndogo, lakini ni rahisi kukimbia. Hakuna mtu anayejusuru kukufuata ukiingia kwenye uchochoro mwembamba na wenye kiza."

Ila alipokuwa amesimama kusubiri windo lake, alishindwa kujizuia kutafuta kizito mwenye nafasi ya hali ya kipato. Madhumuni yake ni siku nyingi za maisha kamili za chakula tele, pia na wanawake. Aidha alitaka kuzoea kuwinda vitu vikubwa. Ndiyo maana siku hiyo kaamua kupiga hatua ya kwanza. Alikuwa ameerevuka zaidi na hivyo haikuhalisi kuendelea kubaki kwenye vichochoro. Alitaka pato kubwa – tena kwa haraka.

Alikuwa ameutazama umati chini ya kofia yake kwa makini sana kwa nusu saa nzima huku uso kaufunika kidogo kwa kofia kabla ya kumwona yule mtalii. Mtalii mwenyewe alitembea kwa mikogo kana kwamba jiji lote la Nairobi lilikuwa limejengwa kwa ajili ya starehe zake. Alitembea kwa starehe, kwa mwendo wa kujiamini kana kwamba aliamini hakuna aliyeweza kuthubutu kumdhuru.

Kijana yule alitia na kutoa: nichukue saa, kamera au pochi? Bila shaka kimojawapo cha vitu hivi. Akaamua asichukue kamera – kamba yake inakutatanisha. Na saa ile ya dhahabu ingeweza kuwa balaa kuiuza. Ila ile pochi ndiyo aliyoona sawa kabisa - pesa moja kwa moja kutoka kwenye mfuko uliokuwa wazi.

Alimfuata nyuma mtalii taratibu, kana kwamba kaamua hawezi kusubiri tena. Alisubiri wakati mtalii alipokuwa akikaribia kuvuka barabara, wakati alipogeuza kichwa kutazama magari. Ilikuwa kuua tembo kwa ubua sawa na kutia vidole viwili mfukoni na ....

"Tumchome! Twawasubiri polisi wa nini? Atawahonga na kuachwa huru kutuibia kwa mabavu kesho. Nasema mchomeni!"

"Naam, tumchome! Hawa wezi katili wamekuwa wengi mno, na hakuna hatua yoyote inayochukuliwa. Ni jukumu letu kumchoma!'

Kraft aling'amua mara moja dhamira ya umati ule na kushtuka. Alitazama huku na kule. Umati ule haukuwa tena tu umma wa wenyeji. Aliweza kuona kila kitu kwenye kila uso, nywele, na msimamo. Kila mwenyeji alikuwa na sura tofauti na mwenzake, na kwa kitambo kidogo, Kraft alikumbwa na hisia za shukrani kwao wote. Lakini uso ulionata akilini mwake ni ule wa mwizi aliyekuwa kalala miguuni pake. Uso huo ulikuwa umetazama juu kwa kihoro, kiherehere na maumivu. Ujasiri wa kijana yule ulikuwa umetoweka na kile alichoweza kuona Kraft usoni humo ni mwanamume aliyefadhaika, kajaa wasiwasi na kuchanganyikiwa kwa kujikuta mahali hapo. Kichochoro kilikuwa chembamba na chenye kiza na kilitoa mnuko mbaya. Kutoka hapo angeweza kuona barabara kuu safi pana yenye majengo maridadi, marefu na jua lililoangaza.

Mwizi alimkamata Kraft miguuni na kuikumbatia kwa uso wake. "Niokoe! Niokoe Bwana! Watanichoma!"

Umati ulisogea karibu zaidi na kibiriti kikawashwa. Mwizi alijivuta zaidi kwa mtalii, akaikumbatia miguu yake hata zaidi. Akauinua uso wake uliojaa machozi.

Hata maumivu yalikuwa hayapo tena. Hofu tu ndiyo iliyobaki. Hofu kubwa, hofu ya kuweza kuzongomeza chango tumboni, hofu iliyofanana na kifo.

Kraft aliutazama umati, usiotulia, kisha akautazama uso wa mwizi. Hapakuwa na majuto usoni. Hofu tu. Alisita.

Alihisi fadhaa na kuchoka mno, kuchoka hadi ya kuchoka. Hakutaka kunaswa kwenye kinyang'anyiro hicho cha kufa na kupona. Yeye alikuwa likizoni. Kwa kitambo fulani alitamani angekuwa mbali, kwenye chumba chake hotelini labda, na sio kunaswa kati ya kifo na kijana aliyemwibia. Mwenyeji aliyeiba. Kwa kitambo tu.

Kisha mwanamume yule akawa si mwanamume mweusi tena, mwenyeji. Sio mwizi tena. Mwanamume tu. Mwanamume aliyechungulia kaburi. Alimruhusu. Mwanamume ambaye yeye angemruhusu kufa. Kraft aliyatazama makunyanzi ya maumivu kwenye uso uliokuwa miguuni pake, tazamio la kifo cha mapema kwenye macho yaliyosheheni hofu. Mwanamume yule alikuwa amefumbata konzi na kiwiliwili kizima kutetema. Naam, kijana ambaye angeweza kuishi maisha marefu katika mustakabali ulioko mbele yake. Mwanamume ambaye kwa hakika si lazima afe. Kraft alihisi machozi yakimlengalenga. Bila kujifahamu aliinua mkono juu kuuzuia umati. Umati ukaanza kufumukana, wengine walikunja nyuso, wengine wakichanganyikiwa. Punde kule pembeni polisi waliwasili. Umati ukatoweka kimyakimya kila mtu alijipurukusha na hamsini zake.

Kraft alibaki peke yake na yule mwanamume aliyekuwa miguuni pake. Machovu aliyohisi nusura yatoweke kwa hisia za kushusha pumzi zilizomkumba. Aliwakabidhi polisi yule kijana mwanamume, shingo upande, tuseme. Alikuwa peke yake. Aliwatazama polisi huku wakimpeleka kwa mangungumbaro kwenye gari lenye mitaimbo dirishani. Alitazama kando hadi walipotoweka.

Punde alihisi jua. Liliangaza kwa amani kwenye barabara maridadi iliyotulia jijini. Kichochoro chembamba chenye kiza kilikuwa kimya na kitupu, na kwenye barabara kuu watu walichapuka kuingia na kutoka kwenye majengo marefu yenye fahari, kila mtu na hamsini zake.

(Hadithi hii iliandikwa na Patience Onyut kwa Kiingereza kama "A Light Matter" nayo imetafsiriwa hapa na Ken Walibora na Said A. Mohamed.)

Maswali

1. Kwa nini mwandishi ameiita hadithi hii, "Jambo Dogo"?
2. Ni nini kilichomfanya kijana huyo kuingilia tabia ya wizi?
3. "Naam, tumchome! Hawa wezi katili wamekuwa wengi mno, na hakuna hatua yoyote inayochukuliwa. Ni jukumu letu kumchoma!" Kauli hii inaashiria nini kuhusu wakazi wa jiji la Nairobi?
4. Jadili maudhui manne yanayojadiliwa katika hadithi hii.
5. Jadili sifa za Kraft zinazojitokeza kwenye hadithi hii.

Sherehe

Zawadi ya Mume Wangu

kulikizwa	:	kupumzika kwa kazi au kikazi
kinyandu	:	kitoto kidogo
uchwara	:	kitu kisicho thamani
chai ya mkandaa	:	chai ya rangi, chai kavu, chai isiyokuwa na maziwa
mavulia	:	nguo chafu au mbovumbovu zilizovuliwa mwilini mwa mtu
juju wa majuju	:	kiumbe anayetazamiwa kuja kuiharibu dunia yetu
tita	:	mkusanyiko wa vitu vyepesi kama majani, karatasi, noti
kuwiza	:	kuchukia
kadiri	:	kiwango fulani cha kitu au jambo
kinachodigida	:	kinachotoa sauti ya ndani kabisa au chini ya ardhi

Ukweli wa Mfagiaji

stahamili	:	vumilia/stahimili
uchumba	:	makubaliano kati ya mwanamke na mwanamume ya kutaka kuoana
mhasibu	:	mtaalamu anayehusika na utaratibu na uwekaji wa hesabu za pesa
wakurugenzi	:	viongozi wa shughuli za shirika
tarishi	:	mjumbe/ mesenja
idhinisha	:	kubali/toa ruhusa jambo fulani lifanyike
nususi	:	kwa uwazi

Mwanzo wa Mwisho

nilimkuta tayari mkuukuu	:	nilimkuta tayari mkongwe, nilimkuta tayari amefika pahala hapo, nilimkuta tayari kanitangulia , (yaani kanitangulia kwenye kazi fulani)
chaza	:	aina ya kinyama cha pwani kinachofanana na kombe au konokono ambacho kinaliwa na pia kinazalisha vijiwe vya lulu vinavyotumiwa kwa mapambo.
tipwatipwa	:	-enye (mwili) wa uneneunene
kujitia pambani	:	kujibabaisha, kujitoa katika ukweli wa mambo
kujikaza kisabuni	:	kujikaza huku unaungulika
kuukazua	:	kuuregeza, kinyume cha kukaza
vitiba	:	tendo au wazo linalofanywa kwa ukubalifu wa jamii
nadhari	:	hali ya kunuia kwamba ukifanikiwa utafanya sherehe au utatoa sadaka
kustaladhi	:	kupata ladha au kionjo kitamu

kicheko cha aloalo : kicheko cha kejeli
almanusura : hoskohosko, hali ya kunusurika kwa miujiza
namsakamiza : namwangamiza, namtia katika balaa kubwa
kulisialisia : kutoa sauti au mlio fulani wa kuanguka kwa mvua
ghala ya karakacha : pahala pa kuwekea vitu visivyotumika tena
zeme : baridi kali hasa ya wakati wa majira ya Kipupwe

Tupo Wangapi?

kachachamaa : ongeza bidii, kukazana
urazini : utimamu wa akili
gumegume : neno la dharau kwa mwanamume asiyefaa
ndaro : maneno ya kujisifu
wanaopigia chapuo : wanaopigiwa debe; wanaotetewa
kupiga milundi : kutembea kwa miguu
toto la kishua : (simo) janajike la kuvutia

Kwambizana Kweli

kutarazaki : kufanya shughuli inayompa mtu riziki.
Insafu : nia safi au uadilifu.
Mustakabali : maisha ya baadaye; hali ya siku zijazo.
Kutundiza : kuweka kitu kidogo kidogo ili kifae siku za usoni
ubwete : kitu cha ubwete ni kitu cha bure au bwerere, kitu ambacho mtu hajakitolea jasho.
Kimanda : yai lililopikwa kwa kukaangwa.
Kuroweka : kitendo cha kutia kitu, aghalabu nguo, kwenye maji ili kiingie na kukolea maji.
kutundiza : kuweka kitu kidogo kidogo ili kifae siku za usoni; kudunduliza, kudundiza
kuroweka : kitendo cha kutia kitu, aghalabu nguo, kwenye maji ili kiingie na kukolea maji.
Kufungia kinyongo : kuwekea mtu fundo, maanake chuki za ndani kwa ndani.

Huku na Huku

walijifunga mkaja : walijitahidi
mkaza mwanawe : mke wa mwanawe
anatia chuku : anatia chumvi

Homa ya Nyumbani

gamba : (hapa) karatasi gumu inayohifadhi karatasi za ndani za kitabu

danganya toto	:	udanganyifu au hali ya kudanganya kama vile watu wanavyowadanganya watoto
kitiba	:	jambo linalofanyika kwa makubaliano ya watu muda hadi muda
wakiposwa vifaranga	:	walipewa vyakula au malisho
mwana wa kindakindaki	:	mtoto aliyezaliwa katika ukoo unaojiweza
mama	:	(hapa) malkia wa Uingereza
kufutuka	:	kususia kitu kwa sababu ya kukasirika
magharibi ya roho	:	kero kubwa linalomsakama mtu
lafudhi	:	tamko lenye kiimbo linalomtambulisha mtu ana asili ya lugha au lahaja fulani
anatapeliwa	:	anaibiwa kwa njia ya hadaa
kujongea	:	kukaribia
ng'onda	:	aina ya samaki aliyekaushwa juani
makapikapi	:	mabaki ya kitu
mkururo	:	mlolongo wa vitu au mambo
ufedhuli	:	ujeuri hasa wa kusema

Je, Unamjua Mtu Yeyote ?

mkenuo	:	kufungua mdomo na meno kuonekana kutokana na uchungu
tipwatipwa	:	mwenye mwili mnene na laini
kimbaumbau	:	mwembamba
kukivyoga	:	kukikanyagia chini ili kizimike
famasia	:	kitengo hospitalini ambacho hutoa dawa kwa wagonjwa
hadimu	:	mhudumu
ilivyopwaya	:	isiyomtoshea vizuri
vimulimuli	:	vimetameta kutokana na radi

Mdharau Biu

kujihini misono	:	kujikosesha usingizi
afwe kiwake	:	afe kivyake
shutiwa na nyigu	:	kudungwa na aina ya mdudu aitwaye nyigu au dondora.
kajishengesha	:	kajiingiza katika yasiyomhusu
academy	:	Shule isiyo ya umma
vipeku	:	macho ya watoto yaliyokodolewa
kuteza	:	kucheza

Pesa Zangu, Je

kubwaga	:	kuangusha
pamwe	:	pamoja

kutoa shambi : kutoa nafasi, kukaribisha
kurapia roho : kuhangaika katika kuhami roho yake mtu
akirabirabi nafsi : akiomba mara nyingi kwa Mungu afanikiwe
kuchera : kucheza
kiwi : kiza cha macho
alimbari : alimtenga, alimbagua
kujisotora : kwenda kwa hatua ndogo kwa sababu ya uzito au ugonjwa wa mtu
ilimghumisha : ilimchanganya kifikra
mathalan(i) : kwa mfano
zoba : kazi inayomlaumu mtu
shokoa : kazi anayolazimishwa mtu kuifanya
kiharusi : ugonjwa wa kupooza sehemu za mwili
kitahanani : fujo, mtafaruku

Hadaa ya Mapenzi

kila nui : kila aina
kachachawaa : kurukaruka
masrufu : pesa za matumizi nyumbani au safarini
kifefe : mtu aliyekonda sana

Maji ya Moto

mawio hadi machweo : asubuhi hadi jioni
mchafukoge : shelabela
ashiki : tamaa ya ngono
tandala : mnyama wa porini jamii ya swala
marumaru : nguo zilizochanika
kujibabadua : kujipapatua
kujifisha : kujiua
sharubati : kinywaji cha matunda
ushauri nasaha : nasaha ya kitaalamu kuwasaidia wenye matatizo fulani ya kibinafsi
umilisi : uwezo wa juu wa kufanya jambo, weledi

Njaa

Maneno ya Luganda

Bambi – pole kwako

Maama – mama

Taata – baba

Doh doh – mchicha

cas-kat – chakula cha muhogo kinacholiwa kwa maharagwe

Koty – mtumwa

Maalo – mtu asiyestaarabika

Bahati

kakana	:	fanya juhudi
fafaruka	:	anguka na kutupatupa mikono na miguu kama mgonjwa wa kifafa
uyabisi	:	hali ya kuwa gumu
madadi	:	hasira inayotokana na upendo
akidi	:	ndoa
mchege	:	mlegevu
satua	:	uwezo
halifu	:	kutenda kinyume cha sheria
henezi	:	utaratibu

Jambo Dogo

malofa	:	wanaokaa bila kazi maalum
limemfunika gubigubi	:	limemfunika kabisa
taanusi	:	enye kupendeza
staftahi	:	kiamshakinywa
kinena	:	sehemu ya mbele ya mwili chini ya tumbo
haihalisi	:	haifai
mchakacho	:	sauti ya miguu inapokanyaga majani makavu
kuzongomeza	:	kujipinda kama vile zongomeo au springi
mangungumbaro	:	mkikimkiki, kwa fujo
walichapua	:	walifanya haraka
mapozi	:	kwa maringo/ mikogo
beta	:	piga kona
tahamaki	:	shtukia
uchochoro	:	njia nyembamba ipitiyo sehemu nyembamba
hamsini zake	:	kujishughulisha bila kujali

Marejeleo

Abrams, Meyer H. 1999. *A Glossary of Literary Terms*. Ithaca: Cornell University Press.

Giddens, Anthony. 1990. *The Consequences of Modernity*. Standford: Standford University Press.

Kezilahabi, E. 2004. Mayai Waziri wa Maradhi katika 'Mayai Waziri wa Maradhi'. Mhariri, K.W. Wamitila. Nairobi: Focus Publishers.

Khamis, Said A. M. 2005. *Signs of New Features in the Swahili Novel*. Research in African Literatures 36/1: 92-108.

Mohamed, Said A., Walibora, Ken. 2007. 'Kiti cha Moyoni na Hadithi Nyingine'. Nairobi: Oxford Univeristy Press.

Mohamed, Said A., Walibora, Ken. 2007. 'Damu Nyeusi na Hadithi Nyingine'. Nairobi Moran Publishers.

Mohamed, Said A., 'Jicho la Ndani'. Nairobi: Longhorn Publishers.

Myszor, Frank. 2001. *The Modern Short Story*. Cambridge: Cambridge University Press.

Njogu, Kimani, Chimerah, Rocha. 1999. 'Ufundishaji wa Fasihi: Nadharia na Mbinu'. Nairobi: Jomo Kenyatta Foundation.

Quayson, Ato. 1997. *Protocols of Representation and the Problems of Constituting an African 'Gnosis'*: Achebe and Okri. Yearbook of English Studies 27: 137-149. 62-67.

Williams, Raymond. 1995. *The Postmodern Novel in Latin America: Politics, Culture, and the Crisis of Truth*. New York: St. Martin's.

Williams, Raymond. 1999. *Marxism and Literature*. New York: New York University Press.

www.ingramcontent.com/pod-product-compliance
Lightning Source LLC
LaVergne TN
LVHW100255051026
849517LV00006B/2091